CONTENTS

HELP US GET IT RIGHT
Lexus and Rough Guides have made great efforts to be accurate and
informative in this Rough Guide Swahili phrasebook. However, if you
feel we have overlooked a useful word or phrase, or have any other
comments to make about the book, please let us know. All
contributors will be acknowledged and the best letters will be
rewarded with a free Rough Guide phrasebook of your choice. Please
write to 'Swahili Phrasebook Update', at either Mercer Street (London)
or Hudson Street (New York) – for full address see opposite.
Alternatively you can email us at mail@roughguides.co.uk

Online information about Rough Guides can be found at our website
www.roughguides.com

Swahili

A ROUGH GUIDE
PHRASEBOOK

Compiled
by Lexus

Credits

Compiled by Lexus with Nasor Malik

Lexus Series Editor:	Sally Davies
Rough Guides Phrasebook Editor:	Jonathan Buckley
Rough Guides Series Editor:	Mark Ellingham

This first edition published in 1998 by Rough Guides Ltd, 1 Mercer Street, London WC2H 9QJ.

Distributed by the Penguin Group.

Penguin Books Ltd, 27 Wrights Lane, London W8 5TZ
Penguin Books USA Inc., 375 Hudson Street, New York 10014, USA
Penguin Books Australia Ltd, 487 Maroondah Highway, PO Box 257, Ringwood, Victoria 3134, Australia
Penguin Books Canada Ltd, Alcorn Avenue, Toronto, Ontario, Canada M4V 1E4
Penguin Books (NZ) Ltd, 182–190 Wairau Road, Auckland 10, New Zealand

Typeset in Rough Serif and Rough Sans to an original design by Henry Iles.
Printed by Cox & Wyman Ltd, Reading.

© Lexus Ltd 1998
208pp.

British Library Cataloguing in Publication Data
A catalogue for this book is available from the British Library.

ISBN 1-85828-320-5

INTRODUCTION

The Rough Guide Swahili phrasebook is a highly practical introduction to the contemporary language. Laid out in clear A-Z style, it uses key-word referencing to lead you straight to the words and phrases you want – so if you need to book a room, just look up 'room'. The Rough Guide gets straight to the point in every situation, in bars and shops, on trains and buses, and in hotels and banks.

The main part of the Rough Guide is a double dictionary: English-Swahili then Swahili-English. Before that, there's a section called **The Basics**, which sets out the fundamental rules of the language and its pronunciation, with plenty of practical examples. You'll also find here other essentials like numbers, dates, telling the time and basic phrases.

To get you involved quickly in two-way communication, the Rough Guide includes dialogues featuring typical responses on key topics – such as renting a car and asking directions. Feature boxes fill you in on cultural pitfalls as well as the simple mechanics of how to make a phone call, what to do in an emergency, where to change money and more. Throughout this section, cross-references enable you to pinpoint key facts and phrases, while asterisked words indicate where further information can be found in The Basics.

In the **Swahili-English** dictionary, we've given not just the phrases you're likely to hear (starting with a selection of slang and colloquialisms), but also all the signs, labels, instructions and other basic words you might come across in print or in public places.

Finally the Rough Guide rounds off with an extensive **Menu Reader**. Consisting of food and drink sections (each starting with a list of essential terms), it's indispensable whether you're eating out, stopping for a quick drink or browsing through a local food market.

safari njema!
have a good trip!

The Basics

PRONUNCIATION

Swahili is written in the Roman alphabet and the letters are pronounced more or less as in English, apart from those given below which are pronounced as follows:

Vowels

a	as in far
e	between the 'e' in bed and the 'é' in café
i	as in Lima
o	as in orange
u	as in flute

Consonants

ch	as in church
dh	like the 'th' in that
g	as in got
gh	pronounced from the back of the throat, almost as an 'r', like the Spanish pronunciation of 'j' in jamón
h	as in home
k	as in kiosk
kh	like 'ch' as in the Scots pronunciation of loch
ng	as in finger
ng'	as in sing
ny	as in canyon, or like the 'ni' in onion
s	as in sit
th	as in thin

The stress is nearly always on the penultimate syllable of the word.

In Swahili each vowel in a word is sounded, for example **saa** (watch) is pronounced **sa-a** and **watalii** (tourists) is pronounced **wa-ta-li-i**.

In the English-Swahili section, English words used in Swahili, but pronounced as in English are shown in quotes, for example 'malaria', 'stereo'.

NOTES

Swahili (or Kiswahili to its speakers) is the most important language of communication in a vast mainland area of East Africa and its offshore islands. It is the national language of Tanzania and Kenya. Swahili is also understood and used as a second language by a considerable number of people in parts of Uganda, Burundi, Rwanda, Somalia, Mozambique, Malawi and Zambia. It is the regional language of the eastern regions of the Republic of Congo (formerly Zaire). Being spoken in such a vast area there are varieties or dialects of Swahili. This book is intended for use in Kenya and Tanzania and most of the words and phrases used in this book will be understood in both Kenya and Tanzania; however, (K) next to a word means that it is more commonly used in Kenya and (T) indicates a word that is more commonly used in Tanzania.

An asterisk next to a word in the English-Swahili section means that you should refer to the Basics section for further information.

ABBREVIATIONS

adj	adjective
lit	literally
pl	plural
sing	singular

NOUNS

Nouns in Swahili are divided into a number of classes and in most cases, except for the (JI)/MA and N classes, the class can be identified by the initial letter(s) of the noun.

class	singular		plural	
M/WA	mtoto	child	watoto	children
	mtalii	tourist	watalii	tourists

The M/WA class of noun refers to people only.

M/MI	mti	tree	miti	trees
	mji	town	miji	towns
KI/VI	kitu	thing	vitu	things
	kitabu	book	vitabu	books
(JI)/MA	jicho	eye	macho	eyes
	yai	egg	mayai	eggs
N	njia	road	njia	roads
	barua	letter	barua	letters

For N class nouns, singular and plural forms are the same.

U/N	uhuru	freedom		
	utoto	childhood		
	uma	fork	nyuma	forks
	uso	face	nyuso	faces

There is also the KU class for verbal nouns:

kuimba	singing
kusafiri	travelling
kusoma	reading

And the PA class associated with the noun pahali or mahali, meaning 'place':

pahali pazuri or mahali pazuri
a nice place

ARTICLES

There are no definite or indefinite articles (the, a) as such in Swahili. A word such as kofia could mean 'a hat' or 'the hat' depending on the context:

nataka kununua kofia
I want to buy a hat OR
I want to buy the hat
lit: I want to buy hat

ADJECTIVES

Adjectives usually follow the noun to which they refer and (with some exceptions) are used with appropriate prefixes according to their class. For example, prefixes which correspond to noun classes are added to the adjective -zuri (good):

M	mtu **m**zuri	a good person
WA	watu **wa**zuri	good people
KI	kiti **ki**zuri	a good chair
VI	viti **vi**zuri	good chairs
M	mji **m**zuri	a good town
MI	miji **mi**zuri	good towns

The majority of adjectives are used with prefixes. For this reason Swahili dictionaries usually give adjectives with hyphens in front, for example:

-zuri	good, nice
-tamu	sweet
-kubwa	big

However, the following are not used with prefixes:

safi	clean
ghali	expensive
rahisi	cheap; easy
laini	smooth; soft

nyumba safi
a clean house

machugwa ghali
expensive oranges

Comparatives and Superlatives

To form the comparative (bigger, better) the word which is commonly used is kuliko (more than, in comparison to):

Omar ni mkubwa kuliko Gideon
Omar is bigger than Gideon
lit: Omar is big compared
to Gideon

or

Gideon ni modogo kuliko Omar
Gideon is smaller than Omar
lit: Gideon is small compared
to Omar

For the superlative (biggest, best) the words kuliko ... -ote are used, with an appropriate prefix on -ote:

Omar ni mkubwa kuliko
wanafunzi wote

Omar is the biggest of all the
students

lit: Omar is big more than all
students

nyumba kubwa kuliko zote
it's the biggest house
lit: house big more than all

ADVERBS

Adverbs can be formed from
adjectives:

-baya   bad   vibaya   badly

alisoma vibaya
he read badly

-zuri   good; nice
vizuri   well; nicely

ulisoma vizuri
you read nicely

Or from nouns by using kwa:

haraka   haste
kwa haraka   quickly

tulikuja kwa haraka
we came quickly

siri   secret
kwa siri   secretly

walikutana kwa siri
they met secretly

There are also some words
already in adverbial form:

polepole   slowly
upesi   hurriedly, quickly

SUBJECT/OBJECT MARKERS

Markers are attached to verbs to indicate whether a word is the
subject or object of a sentence. These marker words agree with
the noun class.

M/WA

subject marker		object marker	
ni-	I	-ni-	me
u-	you (sing)	-ku-	you (sing)
a-	he; she	-m-	him; her
tu-	we	-tu-	us
m-	you (pl)	-wa-	you (pl)
wa-	they	-wa-	them

In the examples that follow, subject markers are attached to
the verb nunua (buy), together with the tense marker -na-
(see page 13):

ninanunua	I buy	are attached to the verb jua
unanunua	you buy	(know), together with the
ananunua	he/she buys	tense marker -na-:

In the following examples, subject and object markers

| ninamjua | I know her |
| anawajua | he/she knows them |

The other classes of noun which refer to things (not people) have one singular subject/object marker and one plural subject/object marker. The subject marker is positioned at the beginning of the verb and the object marker is in the middle of the verb:

M/MI	mti ulianguka the tree had fallen	miti ilianguka the trees had fallen
KI/VI	kiti kilivunjika the chair had broken	viti vilivunjika the chairs had broken
	walikivunja kiti they broke the chair	walivivunja viti they broke the chairs
(JI)/MA	yai litavunjika the egg will break	mayai yatavunjika the eggs will break
N	njia itafungwa the road will be closed	njia zitafungwa the roads will be closed
	waliifunga njia they closed the road	walizifunga njia they closed the roads
U/N	ukuta umebomoka the wall has fallen down	kuta zimebomoka the walls have fallen down

Swahili also has subject pronouns which are separate words:

mimi	I	sisi	we
wewe	you (sing)	nyinyi	you (pl)
yeye	he/she	wao	they

These are used in certain contexts such as with the word ni (am/is/are):

mimi ni mtalii
I'm a tourist

mimi ni Muingereza
I am English
lit: I am English person

yeye ni Mwamerika
he/she is an American
lit: he/she is American person

They are also used to emphasize the subject of the sentence:

sisi tutaondoka kesho
as for us, we will leave tomorrow

DEMONSTRATIVES

In Swahili, there is no distinction between demonstrative adjectives and pronouns and, like adjectives and possessives, the form used depends on the noun class.

	this	these	that	those
M/WA	huyu	hawa	yule	wale
M/MI	huu	hii	ule	ile
KI/VI	hiki	hivi	kile	vile
(JI)/MA	hili	haya	lile	yale
N	hii	hizi	ile	zile
U/N	huu	hizi	ule	zile

Demonstrative adjectives are positioned after the noun:

mtoto huyu   watoto hawa   mtoto yule   watoto wale
this child   these children that child   those children

POSSESSIVES

There is no difference in form between possessive adjectives (my, your, our etc) and possessive pronouns (mine, yours, ours, etc):

-angu	my; mine	-etu	our; ours
-ako	your; yours (sing)	-enu	your; yours (pl)
-ake	his; her; hers; its	-ao	their; theirs

Possessives follow the noun and are used with prefixes as follows:

M/WA	mtoto wangu	watoto wangu
	my child	my children
	mtoto wako	watoto wako
	your child (sing)	your children (sing)
	mtoto wake	watoto wake
	his/her child	his/her children
	mtoto wetu	watoto wetu
	our child	our children
	mtoto wenu	watoto wenu
	your child (pl)	your children (pl)
	mtoto wao	mtoto wao
	their child	their children
M/MI	mkoba wangu	mikoba yangu
	my bag	my bags
	mkoba wako	mikoba yako
	your bag (sing)	your bags (sing)
	mkoba wake	mikoba yake
	his/her bag	his/her bags
	mkoba wetu	mikoba yetu
	our bag	our bags
	mkoba wenu	mikoba yenu
	your bag (pl)	your bags (pl)
	mkoba wao	mikoba yao
	their bag	their bags
KI/VI	kitu changu	vitu vyangu
	my thing	my things
	kitu chako	vitu vyako
	your thing (sing)	your things (sing)
	kitu chake	vitu vyake
	his/her thing	his/her things
	kitu chetu	vitu vyetu
	our thing	our things
	kitu chenu	vitu vyenu
	your thing (pl)	your things (pl)
	kitu chao	vitu vyao
	their thing	their things

(JI)/MA	yai langu	mayai yangu
	my egg	my eggs
	yai lako	mayai yako
	your egg (sing)	your eggs (sing)
	yai lake	mayai yake
	his/her egg	his/her eggs
	yai letu	mayai yetu
	our egg	our eggs
	yai lenu	mayai yenu
	your egg (pl)	your eggs (pl)
	yai lao	mayai yao
	their egg	their eggs
N	barua yangu	barua zangu
	my letter	my letters
	barua yako	barua zako
	your letter (sing)	your letters (sing)
	barua yake	barua zake
	his/her letter	his/her letters
	barua yetu	barua zetu
	our letter	our letters
	barua yenu	barua zenu
	your letter (pl)	your letters (pl)
	barua yao	barua zao
	their letter	their letters
U/N	ukanda wangu	kanda zangu
	my belt	my belts
	ukanda wako	kanda zako
	your belt (sing)	your belts (sing)
	ukanda wake	kanda zake
	his/her belt	his/her belts
	ukanda wetu	kanda zetu
	our belt	our belts
	ukanda wenu	kanda zenu
	your belt (pl)	your belts (pl)
	ukanda wao	kanda zao
	their belt	their belts

GRAMMAR

The possessive pronoun used depends on the thing(s) possessed and not on the possessor:

chumba changu	my room	changu mine	(referring to room)
nyumba yangu	my house	yangu mine	(referring to house)
jina langu	my name	langu mine	(referring to name)

'OF'

In order to convey the idea of the English 'of', subject markers agreeing with the person or thing referred to are added to -a. An exception is the singular M/WA class where w- is added to -a:

M/WA mtoto wa mwalimu
the teacher's child
lit: child of teacher

watoto wa mwalimu
the teacher's children

KI/VI kitabu cha mwanafunzi
the student's book

vitabu vya wanafunzi
the students' books

(JI)/MA gari la rais
the President's car

magari ya rais
the President's cars

M/MI mkoba wa mtalii
the tourist's bag

mikoba ya watalii
the tourists' bags

N nyumba ya waziri
the minister's house

nyumba za mawaziri
the ministers' houses

U/N ukanda wa askari
the policeman's belt
kanda za askari
the policemen's belts

VERBS

In Swahili dictionaries most verbs are given in the stem form like nunua (buy), lala (sleep) and safiri (travel). You can make the stem into the infinitive form by adding ku-:

kununua	kulala
to buy	to sleep
kusema	kusafiri
to speak	to travel

The infinitive form of the verb is used in sentences like:

ninataka kununua matunda
I want to buy some fruit

unaweza kusema Kiingereza?
can you speak English?

Or as a verbal noun:

> kusafiri kunachosha
> travelling is tiring

With verbs of one syllable
such as nywa (drink), the ku-
form kunywa is used as the
stem to which the various
tense markers are added (see
below).

Tense Markers

As well as the subject and
object markers which can be
attached to verbs, Swahili
verbs also have tense
markers. Tense markers
come immediately after
subject markers. Tense
markers are:

-na-	present continuous
-a-	present simple
-li-	past
-me-	perfect
-ta-	future

nywa drink (stem: kunywa)

> ninakunywa chai
> I'm drinking tea

taka want

> nataka chai
> I want tea

> nilitaka chai
> I wanted tea

nunua buy

> nimenunua chai
> I have bought some tea
> nitanunua chai
> I will buy some tea

Imperative

The verb stem itself is used
for the imperative if it has
more than one syllable:

> nunua mkate
> buy some bread

> soma gazeti
> read the newspaper

To form the negative
imperative, the subject
marker (see page 7) plus
-si- is added to the stem and
the final letter of the verb
stem changes from -a to -e
thus:

> usinunue mkate
> don't buy any bread

> usisome gazeti
> don't read the newspaper

If the verb consists of one
syllable, such as la (eat) or
nywa (drink), ku- is added to
form the imperative:

> kula nyama
> eat meat

> kunywa maji
> drink water

And the ku- is dropped in the negative forms:

usile nyama
don't eat meat

usinywe maji
don't drink the water

Negatives

In other negative forms (in addition to the negative imperative shown above), the verb stem changes. In the present negative tense, the tense marker is omitted and the final -a of the verb stem changes to -i. With the M/WA noun class, the subject markers are as follows:

present negative
si-	I
hu-	you (sing)
ha-	he/she
hatu-	we
ham-	you (pl)
hawa-	they

For example, the present negative forms of the verb soma (read) are:

sisomi	I don't read
husomi	you don't read (sing)
hasomi	he/she doesn't read
hatusomi	we don't read
hamsomi	you don't read (pl)
hawasomi	they don't read

To form the negative in the past, perfect and future tenses the final -a of the verb stem stays, but the positive tense markers are replaced by negative tense markers:

past tense negative marker -ku-
sikusoma	I did not read
hukusoma	you did not read (sing)

future tense negative marker -ta-
hatasoma	he/she will not read
hatutasoma	we will not read

perfect tense negative marker -ja-
hamjasoma	you have not read (pl)
hawajasoma	they have not read

For the other noun classes which refer to things, the negative tense markers do not change according to tense, but do change according to whether the subject is singular or plural:

M	hau-
MI	hai-

mti hauanguki
the tree does not fall

miti haianguki
the trees do not fall

KI	haki-
VI	havi-

kiti hakikuanguka
the chair didn't fall over

viti havikuanguka
the chairs didn't fall over

(JI)   hali-
MA   haya-
yai halitaanguka
the egg won't fall

mayai hayataanguka
the eggs won't fall

N   hai-
N (pl) hazi-

njia haijafungwa
the road is not yet closed

njia hazijafungwa
the roads are not yet closed

U   hau-
N (pl) hazi-

ufunguo haukupotea
the key was not lost

funguo hazikupotea
the keys were not lost

'To Have'

To express the verb 'to have' the word na (with) is prefixed
with the appropriate subject marker (see page 7):

nina   I have   tuna   we have
una   you have (sing)   mna   you have (pl)
ana   he/she has   wana   they have

nina kalamu
I have a pen
lit: I with pen

Negative markers (see page 14) are used to form the negative:

sina   I have not   hatuna   we have not
huna   you have not (sing)   hamna   you have not (pl)
hana   he/she has not   hawana   they have not

The past tense is formed using the verb kuwa (to be) and na
(with), together with the past tense marker -li-:

nilikuwa na   I had   tulikuwa na   we had
ulikuwa na   you had (sing)   mlikuwa na   you had (pl)
alikuwa na   he/she had   walikuwa na   they had

nilikuwa na kalamu
I had a pen

Negative markers (see page 14) are used with **kuwa** to form the negative past tense:

sikuwa na	I didn't have	hatukuwa na	we didn't have
hukuwa na	you didn't have (sing)	hamkuwa na	you didn't have (pl)
hakuwa na	he/she didn't have	hawakuwa na	they didn't have

hakuwana kalamu
he didn't have a pen

'To Be'

The invariable particle **ni** is usually used to express the idea of 'am/is/are' in simple sentences where the subject is identified by a descriptive word:

mimi ni Mwamerka
I am American
lit: I am American person

ni nyeusi
it's black

sisi ni wazazi wake
we're his parents

In the negative, **ni** is replaced by **si**:

mimi si Muingereza
I'm not English
lit: I am not English person

si ghali sana
it's not very expensive

For the past tense, 'was/were', the one-syllabled verb **wa** is used, usually in its infinitive form **kuwa** (to be/become). Subject markers such as **wa-** and tense markers such as **-li** are used with **kuwa**:

ilikuwa ghali sana
it was very expensive

walikuwa walimu shuleni Kenya
they were school teachers in Kenya

Negative markers (see page 14) are used with **kuwa** to form the past negative:

haikuwa ghali sana
it was not very expensive

hawakuwa walimu shuleni Kenya
they were not school teachers in Kenya

To express the idea of being in a place, you don't need to use the verb 'to be' – you simply use a subject marker with one of the place words -ko, -po or -mo. These are used respectively to indicate indefinite, definite and indoor places. Nouns of the M/WA (people) class use yu- in combination with -ko, -po or -mo:

meneja yuko wapi?
where is the manager?
lit: 'manager he' + indefinite place word + 'where'

meneja yumo ofisini
the manager is in the office
lit: 'manager he' + inside place word + 'office'

hayumo ofisini
he/she is not in the office
lit: negative + 'he/she' + inside place word + 'office'

With other noun classes, -ko, -po and -mo are used with subject markers:

tiketi yangu iko wapi?
where is my ticket?
lit: 'ticket my' + subject marker + indefinite place word + 'where'

tiketi yangu ipo hapa?
is my ticket here?
lit: 'ticket my' + subject marker + definite place word + 'here'

haipo hapa
it is not here
lit: 'not' + definite place word + 'here'

For tenses other than the present, kuwa is used with -ko, -po or -mo, together with the appropriate subject and tense markers:

alikuwapo sokoni
he/she was at the market
lit: 'he/she' + past tense marker + 'to be' + definite place word + 'market in'

watakuwamo nyumbani
they will be in the house
lit: 'they' + future tense marker + 'to be' + inside place word + 'house in'

QUESTIONS

You can ask a question by slightly raising your voice towards the end of a statement or by adding the word je at the beginning of a sentence:

unataka chakula sasa?
do you want food now?

je, unataka chakula sasa?
do you want food now?

Some commonly used interrogative words are:

kwa nini? why? (placed at the beginning of a question)
kwa nini hutaki kula?
why don't you want to eat?

nani? who? (placed at the beginning or the end of a question)
nani atanisaidia?
who's going to help me?

gani? which? (placed after the noun to which it refers)
hoteli gani?
which hotel?

lini? when? (placed at the beginning or at the end of a question)
lini utafika hoteli?
when will you arrive at the hotel?

vipi? how? (placed after the verb)
ulikuja vipi hapa?
how did you get here?
(i.e. by bus or on foot?)

nini? what? (placed at the end of a question)
unataka kununua nini?
what do you want to buy?

wapi? where? (placed after the verb)
unakwenda wapi sasa?
where are you going now?

PREPOSITIONS

In Swahili, there are several ways of expressing prepostions. One way is by inserting a letter or letters in the verb:

soma	read
somea	read to

leta	bring
letea	bring to

Prepositions can also be expressed using the word **kwa**, which means 'by', 'to' or 'for' depending on the context:

atasafiri kwa ndege
he/she will go by plane

tulikwenda kwa mwalimu
we went to the teacher

This suffix **-ni** can be added to nouns to convey 'in', 'from', 'to' or 'at', depending on the context:

duka	shop
dukani	in/from/to the shop

nimenunua vitu dukani
I bought things from the shop

tunakwenda dukani
we are going to the shop

Some other useful prepositional expressions are:

katika in; into; out of
walitia viti katika gari
they put the chairs into the
  car

walitoa viti katika nyumba
they took chairs out of the
  house

karibu na near to
tunaishi karibu na posta
we live near the post office

pamoja na together with
watakuja pamoja na mama
they're coming together
  with mother

DATES

Two calendar systems are
used in Tanzania. The
Western calendar (using
months derived from English)
is more generally used. The
Islamic lunar calendar is used
for religious holidays and
local traditional festivals.

You can use the numbers on
page 20 to express the date in
Swahili:

leo ni tarehe gani?
what's the date today?
lit: today is date which

ni Januari mosi/moja
it's 1 January

ni Aprili kumi na tatu
it's 13 April

(mwaka) elfu moja mia tisa na
tisini na nane
1998

This can be shortened to
(mwaka) tisini na nane; mwaka
(year) can be omitted.

DAYS

Sunday	Jumapili
Monday	Jumatatu
Tuesday	Jumanne
Wednesday	Jumatano
Thursday	Alhamisi
Friday	Ijumaa
Saturday	Jumamosi

MONTHS

January	Januari
February	Februari
March	Machi
April	Aprili
May	Mei
June	Juni
July	Julai
August	Agosti
September	Septemba
October	Oktoba
November	Novemba
December	Desemba

TIME

There is a difference of six
hours in the Swahili and
English ways of telling the
time. The Swahili system
consists of two twelve-hour
parts, sunrise to sunset and
sunset to sunrise. English

7am is **saa moja** (hour one) in Swahili, that is one hour after sunrise; 9am is **saa tatu** (hour three) after sunrise; 7pm is **saa moja** (hour one) after sunset; and 9pm is **saa tatu** (hour three) after sunset. If you want to make things absolutely clear, you can use the expressions:

asubuhi	in the morning
alasiri	in the afternoon
jioni	in the evening
usiku	at night

what time is it? saa ngapi sasa?

1 o'clock saa saba
2 o'clock saa nane
3 o'clock saa tisa
4 o'clock saa kumi
5 o'clock saa kumi na moja
6 o'clock saa kumi na mbili
7 o'clock saa moja
8 o'clock saa mbili
9 o'clock saa tatu
10 o'clock saa nne
11 o'clock saa tano
12 o'clock saa sita

it's one o'clock   ni saa saba
it's two/three/four o'clock ni saanane/tisa/kumi
it's five o'clock ni saa kumi na moja
five past one ni saa kumi na moja na dakika tano
ten past two ni saa nane na dakika kumi

quarter past one ni saa saba na robo
quarter past two ni saa nane na robo
half past one ni saa saba u nusu
half past ten ni saa nne u nusu
twenty to ten ni saa nne kasoro dakika ishirini
quarter to two ni saa nane kaso robo
quarter to ten ni saa nne kaso robo
at one o'clock saa saba
at two/three/four o'clock saa nane/tisa/kumi
at five o'clock saa kumi na moja
at half past four saa kumi u nusu
14.00 saa nane
17.30 saa kumi na moja u nusu
noon saa sita mchana
midnight saa sita usiku
in the morning asubuhi
in the afternoon alasiri
in the evening jioni
at night usiku
hour saa
minute dakika
second sekunde,   nukta
quarter of an hour robo saa
half an hour nusu saa
three quarters of an hour dakika arobaini na tano

NUMBERS

0	sifuri	110	mia na kumi
1	moja	200	mia mbili
2	mbili	300	mia tatu
3	tatu	400	mia nne
4	nne	500	mia tano
5	tano	600	mia sita
6	sita	700	mia saba
7	saba	800	mia nane
8	nane	900	mia tisa
9	tisa	1,000	elfu
10	kumi	2,000	elfu mbili
11	kumi na moja	3,000	elfu tatu
12	kumi na mbili	4,000	elfu nne
13	kumi na tatu	5,000	elfu tano
14	kumi na nne	6,000	elfu sita
15	kumi na tano	7,000	elfu saba
16	kumi na sita	8,000	elfu nane
17	kumi na saba	9,000	elfu tisa
18	kumi na nane	10,000	elfu kumi
19	kumi na tisa	100,000	laki
20	ishirini	1,000,000	milioni
21	ishirini na moja		
22	ishirini na mbili		
23	ishirini na tatu		

Ordinals

first	-a kwanza
second	-a pili
third	-a tatu
fourth	-a nne
fifth	-a tano
sixth	-a sita
seventh	-a saba
eighth	-a nane
ninth	-a tisa
tenth	-a kumi

30	thelathini
31	thelathini na moja
32	thelathini na mbili
33	thelathini na tatu
40	arobaini
50	hamsini
60	sitini
70	sabini
80	themanini
90	tisini
100	mia
101	mia na moja
102	mia na mbili

NUMBERS

BASIC PHRASES

yes
ndiyo

no
hapana
(on the coast)
la

OK
sawa

hello!/hi!
habari!

good morning
habari za asubuhi

good evening
habari za jioni

good night
usiku mwema, alamsiki (T)

goodbye
kwa heri
(to more than one person)
kwa herini

see you!
tutaonana!

see you later
tutaonana baadaye

please
tafadhali

could you please ...?
tafadhali, waweza ...?

yes, please
ndiyo, tafadhali

thank you/thanks
asante

no thanks
la asante

thank you very much
asante sana

don't mention it
si kitu

how do you do?/how are you?
hujambo?

I'm fine, thanks
sijambo, asante

nice to meet you
nimefurahi kukutana nawe

excuse me
(to get past)
samahani nipishe
(to get attention, to say sorry)
samahani

sorry
samahani

sorry?/pardon (me)?
samahani?

I see/I understand
naelewa

I don't understand
sielewi

do you speak English?
unasema Kiingereza?

I don't speak Swahili
sisemi Kiswahili

could you speak more slowly
sema polepole zaidi

could you repeat that?
waweza kusema tena?

could you write it down?
waweza kuiandika?

I'd like ...
nataka ...

can I have ...?
naweza kupata ...?

can you ...?
unaweza ...

I can't ...
siwezi ...

how much is it?
ni kiasi gani?

I'll take it
nitanunua

what's that?
hiyo nini?

what's happening?/what's
wrong?
kuna nini?

what's happening?/what news?
habari gani?

it is ...
ni ...

is it ...?
je ni ...?

where is it?
iko wapi?

is it far?
ni mbali sana?

CONVERSION TABLES

1 centimetre = 0.39 inches   1 inch = 2.54 cm

1 metre = 39.37 inches =   1 foot = 30.48 cm
   1.09 yards

                    1 yard = 0.91 m

1 kilometre = 0.62 miles =
   5/8 mile   1 mile = 1.61 km

km	1	2	3	4	5	10	20	30	40	50	100
miles	0.6	1.2	1.9	2.5	3.1	6.2	12.4	18.6	24.8	31.0	62.1

miles	1	2	3	4	5	10	20	30	40	50	100
km	1.6	3.2	4.8	6.4	8.0	16.1	32.2	48.3	64.4	80.5	161

1 gram = 0.035 ounces   1 kilo = 1000 g = 2.2 pounds

g	100	250	500
oz	3.5	8.75	17.5

1 oz = 28.35 g

1 lb = 0.45 kg

kg	0.5	1	2	3	4	5	6	7	8	9	10
lb	1.1	2.2	4.4	6.6	8.8	11.0	13.2	15.4	17.6	19.8	22.0

kg	20	30	40	50	60	70	80	90	100
lb	44	66	88	110	132	154	176	198	220

lb	0.5	1	2	3	4	5	6	7	8	9	10	20
kg	0.2	0.5	0.9	1.4	1.8	2.3	2.7	3.2	3.6	4.1	4.5	9.0

1 litre = 1.75 UK pints / 2.13 US pints

1 UK pint = 0.57 l   1 UK gallon = 4.55 l
1 US pint = 0.47 l   1 US gallon = 3.79 l

centigrade / Celsius   C = (F - 32) × 5/9

C	-5	0	5	10	15	18	20	25	30	36.8	38
F	23	32	41	50	59	65	68	77	86	98.4	100.4

Fahrenheit   F = (C × 9/5) + 32

F	23	32	40	50	60	65	70	80	85	98.4	101
C	-5	0	4	10	16	18	21	27	29	36.8	38.3

English-Swahili

A

a, an*

aardvark mhanga

about: about 20 kiasi cha
ishirini
it's about 5 o'clock kiasi cha
saa kumi na moja
a film about Africa filamu
kuhusu Afrika

above juu

abroad ng'ambo

absolutely (I agree) kabisa

absorbent cotton pamba

accelerator ekselereta

accept kubali

accident ajali
there's been an accident
kumetokea ajali

accommodation mahali pa
kukaa

Accommodation in Tanzania
and Kenya ranges from camp-
sites and local lodging houses
for a few pounds a night to ex-
cellent luxury hotels costing one
hundred times as much. Beds
can also be found in 'tented
camps' and 'tree hotels' at the
expensive end of the spectrum
and bandas (huts) and a few
youth hostels at the budget end.
see Boarding and Lodgings,
campsite and hotel

accurate sahihi

ache maumivu
my back aches nina maumivu
mgongoni

across kuvuka
across the road kuvuka njia

adapter edepta (K), adapta (T)

address anwani
what's your address? anwani
yako ni wapi?

All addresses in Kenya and
Tanzania have a post office box
number except out in the sticks,
where some are just given as
'Private Bag', or 'P.O.', followed
by the location of the post
office. There's no home delivery
service. In large towns, business
and office addresses are
usually identified by the
'House' or 'Building' in which
they're situated.
A typical address is as follows:
MTW, Tourism Department
(company or person's name)
Utalii House (office or house)
Uhuru Highway (street)
P.O. Box 54666 (post office box)
Nairobi (town)

address book kitabu cha
anwani

admission charge kiingilio

adult mtu mzima

advance: in advance kitangulizi

aeroplane ndege, eropleni

Africa Afrika

African (adj) kiafrika
(noun) Mwafrika

after baada ya
after you tangulia tafadhali

after lunch baada ya chakula cha mchana

afternoon alasiri
  in the afternoon alasiri
  this afternoon leo alasiri

aftershave losheni ya 'aftershave'

aftersun cream krimu ya 'aftersun'

afterwards baadaye

again tena

against dhidi ya

age umri

ago: a week ago wiki iliyopita
  an hour ago saa moja iliyopita

agree kubali
  I agree nakubali

AIDS Ukimwi

air hewa
  by air kwa ndege

air-conditioning kirekebisha hewa

airmail barua za ndege
  by airmail kwa ndege

airmail envelope bahasha za barua za ndege

airplane ndege, eropleni

airport uwanja wa ndege
  to the airport, please kwenye uwanja wa ndege, tafadhali

airport bus basi la uwanja wa ndege

aisle seat kiti cha ujiani

alarm clock saa ya kengele

alcohol kileo
  see beer and spirits

alcoholic yenye kulevya

all wote

all the boys/girls watoto/ wasichana wote

all of it yote

all of them wote

that's all, thanks inatosha, asante

allergic: I'm allergic to ... ... inanidhuru

allowed: is it allowed? inaruhusiwa?

all right sawa
  I'm all right sina shida
  are you all right? una shida yoyote?

almond lozi

almost karibu

alone pekee

alphabet alfabeti

a	ah	n	en
b	beh	o	o
c	see	p	peh
ch	cheh	q	kyu
d	deh	r	reh
e	eh	s	es
f	feh	t	teh
g	geh	u	oo
h	heh	v	vee
i	ee	w	wah
j	jeh	x	eks
k	ka	y	yeh
l	el	z	zeh
m	em		

already tayari

also vilevile

although ingawa

altogether pamoja

always sikuzote

am*: I am mimi ni
am*: at seven am saa moja
  asubuhi
amazing (surprising)
  inashangaza
  (very good) nzuri sana
ambulance ambulensi
  call an ambulance! itisha
  ambulensi!

For the ambulance service
in Kenya and Tanzania dial
999, except in Dar es Salaam,
where the number is 995. Am-
bulances usually take ages to
arrive.
Kenya's Air Ambulance service
(which also operates in Tanza-
nia) offers evacuation by air to
a medical centre. You have to
pay a monthly or annual fee to
get this service.

America Amerika, Marekani
American (adj) -a Kimarekani,
  -a Kiamerika
  (noun) Mwamerika,
  Mmarekani
  I'm American mimi ni
  Mmarekani
among miongoni mwa
amount idadi
  (money) jumla
amp: a 13-amp fuse fyuzi ya
  ampea kumi na tatu
and na
angry kasirika
animal mnyama
ankle kifundo cha mguu

anniversary (wedding)
  ukumbusho
annoy sumbua
  this man's annoying me mtu
  huyu ananisumbua
annoying yenye kusumbua
another -ingine
  can we have another room?
  twaweza kupata chumba
  kingine?
  another beer, please biya
  nyingine, tafadhali
antelope palahala
antibiotics antibayotik
antifreeze kizuia ugandaji
antihistamine dawa ya mafua
antique kitu cha kizamani
  is it an antique? ni kitu cha
  kizamani?
antique shop duka la vitu vya
  kizamani
antiseptic antiseptik
any yoyote
  do you have any ...? una ...?
  sorry, I don't have any
  samahani, sina
anybody mtu yeyote
  does anybody speak English?
  kuna mtu yeyote asemaye
  Kiingereza?
  there wasn't anybody there
  hakukuwa na mtu yeyote
  huko
anything kitu chochote

•••••• DIALOGUES ••••••

  anything else? kitu chochote
  kingine?
  nothing else, thanks sihitaji
  kingine, asante

would you like anything to drink?
unataka kunya kitu chochote?
I don't want anything, thanks sitaki
kitu chochote, asante

apart from mbali na
apartment fleti, ghorofa
apartment block jumba lenye
fleti
apology kuomba radhi
appendicitis ugonjwa wa
chango
appetizer kianzio
apple epul
appointment miadi

•••••• DIALOGUE ••••••

good morning, how can I help you?
habari za asubuhi, unahitaji
huduma yoyote?
I'd like to make an appointment
nataka kuweka miadi ya
mkutano
what time would you like? unataka
iwe saa ngapi?
three o'clock saa tatu
I'm afraid that's not possible, is four
o'clock all right? nasikitika,
haiwezekani, je saa kumi ni
sawa?
yes, that will be fine ndiyo, sawa
the name was ...? jina ni nani ...?

apricot aprikoti
April Aprili, mwezi wa nne (T)
are*: we are sisi ni
you are wewe ni
they are wao ni
area eneo
area code namba ya jimbo la

simu
arm mkono
arrange tayarisha
will you arrange it for us?
waweza kututayarishia?
arrival kuwasili
arrive (people) fika
(things) wasili
when do we arrive? tutafika
lini?
has my fax arrived yet? feksi
yangu imeshawasili?
we arrived today tumefika
leo
art sanaa
art gallery jumba la sanaa
artist msanii
as kama
as big as ni kubwa kama
as soon as possible kwa
haraka kama iwezekanavyo
ashtray eshtrei
ask omba
(for something) taka
I didn't ask for this sikutaka
hii
could you ask him to ...?
waweza kumwomba ku ...?
asleep: she's asleep amelala
aspirin aspirini
asthma pumu
astonishing yenye kushangaza
at kwenye
at the hotel kwenye hoteli
at the station kwenye
stesheni
at six o'clock saa kumi na
mbili
at Maisara's kwa Maisara

athletics riadha
attractive inavutia
aubergine biringani
August Agosti, mwezi wa
  nane (T)
aunt (paternal) shangazi
  (maternal) mama mdogo
Australia Australia
Australian (adj) -a Kiaustralia
  (noun) Mwaustralia
  I'm Australian mimi ni
  Mwaustralia
automatic (adj) -a automatik
  (noun: car) gari ya automatik
autumn majira ya pukutiko la
  majani
  in the autumn katika majira
  ya pukutiko la majani
avenue barabara
average (not good) wastani
  on average kwa wastani
avocado parachichi
awake: is he awake? yu
  macho?
away: go away! ondoka!
  is it far away? ni mbali
  sana?
awful mbaya sana
axle ekseli

B

baboon nyani
baby mtoto mchanga
baby food chakula cha watoto
  wachanga
baby's bottle chupa ya
  kunyonyeshea
baby-sitter mlezi wa muda

back (of body) mgongo
  (back part) nyuma
  at the back nyuma
  can I have my money back?
  waweza kunirudishia pesa
  zangu?
  to come back kuja
  to go back kurudi
backache maumivu ya m
  gongo
bacon nyama ya nguruwe
bad -baya
  a bad headache maumivu
  mabaya ya kichwa
badly vibaya
bag mfuko
  (handbag) mkoba
  (suitcase) sutikesi
baggage mizigo
baggage checkroom ofisi ya
  kuweka mizigo
baggage claim eneo la
  kujipatia mizigo
bakery duka la mikate na
  keki
balcony roshani
  a room with a balcony
  chumba chenye roshani
bald -enye upara
ball (large) mpira
  (small) kipira
ballet dansi ya bale
balloon (hot air) baluni
ballpoint pen bolpeni
banana ndizi
band (musical) bendi
bandage bendeji
Bandaid® plasta
bank (money) benki

In Kenya, you can exchange cash or traveller's cheques at banks and at most large hotels (for a marginally poorer rate). In Tanzania, you are more likely to get a better exchange rate at foreign exchange bureaux. US dollars and British sterling are always the most acceptable and will cause the least delay. In Kenya, banks are usually open Mon–Fri 9am–3pm and Sat 9–11am, and in Tanzania Mon–Fri 8.30am–4pm and Sat 8.30am–1pm.

bank account akauti ya benki
bar baa
  a bar of chocolate chokoleti
barber's kinyozi
bargaining kupatana

•••••• DIALOGUE ••••••

how much is this? hii bei gani?
that's too expensive ni ghali sana
how about a hundred shillings? utauza kwa shilingi mia moja?
I'll let you have it for one hundred and fifty shillings chukua kwa shilingi mia na hamsini
can you reduce it a bit more?/OK, it's a deal utapunguza tena kidogo/haya, sawa

Bargaining is an important skill to get into and you will quickly need to adopt the habit of discussing the price. With the exception of international-style shops, usually with marked →

prices, all goods are open to offer. Every time you pay an unreasonable price, you're contributing to local inflation. There are no hard rules about how much your opening offer should be. In some busy produce markets, to offer less than three-quarters of the asking price would provoke scorn, while in certain curio emporia in the Maasai country, you could be forgiven for suggesting ten per cent of the vendor's first price. Take account of three important principles: give yourself time, be good-humoured and never start negotiations if you're not seriously interested in the purchase.

basket kikapu
bath bafu
  can I have a bath? naweza kuoga?
bathroom bafu
  with a private bathroom -enye bafu ya faragha
bath towel taulo
bathtub bafu
battery betri
bay ghuba
be* kuwa
beach pwani
  on the beach pwani
beach mat mkeka wa kutumia pwani
beach umbrella mwavuli wa kutumia pwani
beads shanga

beadwork nakshi ya shanga
beans maharagwe
  French beans maharagwe ya
  kifaransa
beard ndevu
beautiful -zuri
because kwa sababu
  because of ... kwa sababu
  ya ...
bed kitanda
  I'm going to bed now
  nakwenda kulala
bed and breakfast kulala na
  chakula cha asubuhi
  see hotel
bedroom chumba cha kulala
beef nyama ya ng'ombe
beer biya (K), bia (T)
  two beers, please biya mbili,
  tafadhali

In East Africa, the lager-style
beer is generally good. Tusker,
White Cap and Pilsner are the
main brands, sold in half-litre
bottles; the first two are also
sold in 'export' size (1/3 litre).
Tanzania's main brand of beer
is Safari. A point of beer eti-
quette worth remembering:
never take your bottle out of the
bar, as bottles carry deposits
and this is considered theft.
You can sample pombe, a
locally made type of beer, under
many different names. It is as
varied in taste and colour as its
ingredients: basically fermented
sugar and millet or banana, with →

---

herbs and roots for flavouring.
The results are frothy and
deceptively strong, and can
cause you to change your plans
for the rest of the day.

before kabla

---

beggars
Beggars are fairly common.
Most are visibly destitute; many
are cripples, lepers or homeless
mothers with children. Some
have regular pitches, others
keep on the move. They are har-
assed by the police and often
rounded up. People often give to
the same beggar on a regular
basis and alms-giving is a
requirement of Islam.

---

begin anza
  when does it begin? inaana
  wakati gani?
beginner mwanagenzi
beginning mwanzo
  at the beginning mwanzoni
behind nyuma
  behind me nyuma yangu
Belgian (adj) -a Kibelgiji
Belgium Ubelgiji
believe amini
below chini
belt ukanda
bend (in road) yenye kupinda
berth (on ship) kitanda
beside: beside the ... kando
  ya ...
best bora kabisa

better bora zaidi
  are you feeling better?
  umepata nafuu sasa?
between baina ya
beyond mbele ya
bicycle baiskeli
big kubwa
  too big kubwa sana
  it's not big enough si kubwa
  ya kutosha
bikini bikini
bill bili
  (US: banknote) noti
  could I have the bill, please?
  naweza kupata bili,
  tafadhali?
bin pipa
binoculars darubini
bird ndege
birthday siku ya kuzaliwa
  happy birthday! furaha kwa
  siku ya kuzaliwa!
biscuit biskuti
bit: a little bit sehemu ndogo
  a big bit sehemu kubwa
  a bit of ... sehemu ya ...
  a bit expensive ni ghali
bite (by animal, insect etc) uma

materialize. Dogs are usually
sad and skulking, posing little
threat. Scorpions and spiders
abound but are hardly ever seen
unless you deliberately turn over
rocks or logs: scorpion stings are
painful, but almost never fatal,
while spiders are mostly quite
harmless. Snakes are common
but, again, the vast majority are
harmless. To see one at all,
you'd need to search stealthily;
walk heavily and they obligingly
disappear.

bitter (taste etc) chungu
black nyeusi
blanket blanketi
bless you! (after sneezing)
  afya!
blind kipofu
blinds pazia
blister lengelenge
blocked zibika
blond (adj) 'blond'
blood damu
  high blood pressure presha
  ya damu
blouse blauzi
blow-dry kausha kwa
  blowa
  I'd like a cut and blow-dry kata
  na kausha nywele kwa
  blowa
blue buluu
  blue eyes macho ya buluu

bites and cuts

Take care even over minor bites
and cuts. In the tropics, the
most trivial scratch can quickly
become a throbbing infection if
you ignore it. Take a small tube
of antiseptic with you.
Otherwise, there are all sorts
of potential bites, stings and
rashes which rarely, if ever, →

Boarding and Lodgings

In any town, down to the very smallest, you'll always find Boarding and Lodgings. These can vary from a mud shack with water from the well, to a little multi-storey building of self-contained rooms with washing facilities, a bar and restaurant. Boarding and Lodgings tend to be noisy; they're sometimes rather airless, but the better ones are clean and comfortable. Prices of rooms aren't always a good indication of the standard. Always try to bargain for a good price. It's worth checking several places, testing the hot water (if any), and asking to see the toilets; you won't cause offence by saying no thanks. Some places actually seal the doors of the rooms as a supposed guarantee of freshness: if they won't let you look because they'd have to reseal, you should try somewhere else. And, if the place seems noisy in the afternoon, it will probably become even noisier at night, so ask for a room away from the source of the din.

boarding house nyumba ya kupanga
boarding pass pasi ya kuingilia chomboni
boat boti
body mwili

boiled egg yai la kuchemsha
bone mfupa
bonnet (of car) boneti
book (noun) kitabu
  (verb) wekesha
  can I book a seat? naweza kuwekesha kiti?

•••••• DIALOGUE ••••••

I'd like to book a table for two nataka kuwekesha meza kwa watu wawili
what time would you like it booked for? unataka iwekeshwe saa ngapi?
half past seven saa moja na nusu
that's fine sawa
and your name? jina lako nani?

bookshop, bookstore duka la vitabu
boot (footwear) kiatu
  (of car) buti
border (of country) mpaka
bored choshwa
  I'm bored nemechoshwa
boring -enye kuchosha
born: I was born in Manchester nilizaliwa Manchester
  I was born in 1960 nilizaliwa mwaka elfu mia tisa na sitini
borrow azima
  may I borrow ...? naweza kuazima ...?
both -ote mbili
bother: sorry to bother you samahani kukusumbua
bottle chupa
  a bottle of beer chupa moja ya biya

bottle-opener kifungulia chupa
bottom (of person) matako
  at the bottom of ... (hill, street
  etc) chini ya ...
box sanduku
box office ofisi ya kukatia
  tiketi
boy mvulana
boyfriend rafiki wa kiume
bra sidiria
bracelet bangili
brake breki
brandy brandi
bread mkate
  white bread mkate mweupe
  brown bread mkate kahawia
  wholemeal bread mkate wa
  ngano
break (verb) vunja
  I've broken
  the ... nimevunja ...
  I think I've broken my wrist
  nafikiri nimevunjika kifundo
  cha mkono
break down haribika
  I've broken down gari langu
  limeharibika
breakdown kuharibika

Distances between towns and
villages are often vast, and it is
advisable to carry enough water
and supplies with you in your
vehicle. Should you have a
breakdown on the road, or an
accident, the first thing to do is
pile bundles of sticks or foliage
fifty metres or so behind and in
front of the car. These are the
→

universally recognized 'red
warning triangles' of Africa, and
their placing is always scrupu-
lously observed (as is the wedg-
ing of a stone behind at least
one wheel).

breakdown service huduma ya
  magari yaharibikayo
breakfast chakula cha asubuhi
breast kifua
breathe vuta pumzi
breeze upepo
bridge (over river) daraja
brief -fupi
briefcase mkoba
bright (light etc) -enye nuru
  bright red nyekundu
  inayong'ara
brilliant (idea, person) -zuri sana
bring leta
bring back rejesha
  I'll bring it back later
  nitairejesha baadaye
Britain Uingereza
British -a Kiingereza
brochure brosha (K),
  kabrasha (T)
broken vunjika
bronchitis mkamba
brooch bruchi
broom ufagio
brother ndugu
brother-in-law shemeji
brown kahawia
bruise chubuka
brush burashi
  (for cleaning) ufagio
bucket ndoo

buffalo nyati
buffet car behewa la bafe
bug mdudu
buggy (for child) kichukulia
watoto
building ujenzi
bulb (light bulb) balbu
bumper (of car) bampa la gari
bunk kitanda
bureau de change mahali pa
kubadilishia pesa
see **bank**
burglary wizi
burn (noun) mchomo
(verb) unguza
burnt ungua
this is burnt hii imeungua
burst: a burst pipe paipu
iliyopasuka
bus basi
what number bus is it to ...?
basi la namba gani
liendalo ...?
when is the next bus to ...?
wakati gani kuna basi
liendalo ...?
what time is the last bus? basi
la mwisho laondoka wakati
gani?

•••••• D I A L O G U E ••••••

does this bus go to ...? basi hili
linakwenda ...?
no, you need a number ... hapana,
unahitaji namba ...

Ordinary buses cover the whole
of Kenya and Tanzania, getting
you close to almost anywhere. →

Some, on the main runs
between Dar es Salaam and
Dodoma, are regular but usually
overloaded; these and the buses
that run between Arusha in Tan-
zania and Nairobi, and between
Nairobi and Mombasa, and to a
lesser extent the west, are fast,
comfortable, and keep to sched-
ules: you generally need to
reserve seats on these a day in
advance. The large companies
have ticket offices near the bus
stations in most towns, where
they list their routes and prices.
However, the bus parking bays
are rarely marked and there may
not be published timetables.
The easiest procedure is to men-
tion your destination to a few
people at the bus park and then
check out the torrent of offers.
Keep asking – it's virtually
impossible to get on the wrong
bus. Once you've acquired a
seat, you'll find that a continu-
ous stream of vendors proffer
their wares through the window.
If you want something, ask one
of them to get it for you; there'll
be a tiny mark-up.
Public vehicles at the smaller
end of the spectrum, that is, the
Tanzanian (**daladala**) mini-
buses and the Kenyan (**matatu**)
minibuses or pick-up vans, have
a gruesome safety record and
their drivers, on the whole, a →

breathtaking lack of road sense. But these vehicles are often the most convenient and sometimes the only means of transport to smaller places off the main roads. The best places to sit in a matatu/daladala are right at the back by the door or up near the cab, but it's a good idea to wear sunglasses if your face is near the front window – they sometimes shatter. Baggage charges are usually supplementary and have to be bargained over. Never pay more than half your fare for luggage – it should be a lot less.

Some useful terms when travelling in Kenya are: 'stage' or 'stand' (the matatu yard); **manamba** or 'turn-boy' (the one whose job it is to tout for business and take the fares); and 'dropping' (getting off).

business biashara
bus station stesheni ya basi
bus stop kituo cha basi
bust kifua
busy -enye shughuli nyingi
  I'm busy tomorrow nitakuwa na shughuli nyingi kesho
but lakini
butcher's duka la nyama
butter siagi
button kifungo
buy nunua
  where can I buy ...? naweza kununua wapi ...?

by: by bus/car kwa basi/gari
  written by ... imeandikwa na ...
  by the window karibu na dirisha
  by the sea karibu na bahari
  by Thursday ifikapo Alhamisi
bye kwa heri

C

cabbage kabeji
cabin (on ship) kebin
café mkahawa
cagoule koti la mvua
cake keki
cake shop duka la keki

calendar
In Muslim communities the lunar Islamic calendar is followed, alongside the Gregorian one. The Muslim year has 354 days, with 355 days eleven times every thirty years, so dates recede against the Western calendar by an average of eleven days each year. Only the month of fasting called **Ramadan**, and **Id ul Fitr** – the feast of relief at the end of it, which begins on the first sighting of the new moon – will have much effect on your travels. During Ramadan, most stores and restaurants are closed during daylight hours in smaller towns in Islamic districts. Public transport and official business continue as →

usual. **Maulidi**, the celebration of the prophet's birthday, is worth catching if you're on the coast at the right time.
The Islamic festivals are:
Beginning of Ramadan (1st Ramadan)
Id ul Fitr/Siku kuu ndogo (1st Shawwal)
Id ul Hajji/Siku kuu kubwa (10th Dhu'l Hijji)
New Year's Day (1st Moharem)
Ashoura (10th Moharem)
Maulidi/Mouloud (12th Rabial)
see **public holiday**

call (verb) ita
(to phone) piga simu
what's it called? inaitwaje?
he/she is called ... anaitwa ...
please call the doctor mwite daktari, tafadhali
please give me a call at 7.30am tomorrow niamshe saa moja u nusu kesho asubuhi, tafadhali
please ask him to call me mwambie anipigie simu, tafadhali
call back (phone back) piga simu
I'll call back later nitapiga simu tena baadaye
call round pitia
I'll call round tomorrow nitakupitia kesho
camcorder kamkoda
camel ngamia
camera kamera

camera shop duka la kamera
camp (verb) kupiga kambi
can we camp here? tunaweza kupiga kambi hapa?
camping gas gesi ya kutumia kambini

camping safaris
Once in Kenya or Tanzania, choosing a safari company can be fairly hit-or-miss. Unless you have the luxury of a long stay, your choice will probably be limited by the time available. Remember, though, that you may be able to use this to your advantage; if you ask, many companies are willing to discount a trip in order to fill unsold seats if you're buying at the last minute. Some outfits will also give student discounts.

campsite kambi

Tanzania and Kenya have enough campsites to make it worthwhile carrying a tent, and camping wild is sometimes a viable option, too. Campsites in the parks are usually very cheap and basic. A handful of privately owned sites have more in the way of facilities. In rural areas, hotels are often amenable if you ask to camp discreetly in their grounds.
Camping wild depends on whether you can find a suitable →

space. In the more heavily populated and farmed highland districts, you should ask someone before pitching in an empty spot. Out in the wilds, hard or thorny ground is likely to be the only obstacle.

During the dry seasons, you'll rarely have trouble finding wood for a fire so a stove is optional, but don't burn more fuel than you need. You're not allowed to collect firewood in the mountain parks. Camping gas cannisters and packaged, dried food are available in Nairobi, Arusha and Dar es Salaam, but the easiest and cheapest camping food is ugali (cornmeal porridge), which can be flavoured with curry powder or sauce mixes.

can (tin) mkebe
  a can of beer mkebe wa biya
can*: can you ...? unaweza ...?
  can I have ...? naweza kupata ...?
  I can't ... siwezi ...
  can we ...? tunaweza ...?
  he can't ... hawezi ...
Canada Kanada
Canadian Mkanada
  I'm Canadian mimi ni Mkanada
canal mfereji
cancel futa
candies peremende
candle mshumaa
canoe mtumbwi

canoeing kuendesha mtumbwi
can-opener kifugulia mkebe
cap (hat) kofia
  (of bottle) kizibo
car gari
  by car kwa gari
carburettor kabureta
card (birthday etc) kadi
  here's my (business) card kadi yangu hii
cardigan sweta
cardphone simu ya kutumia kadi
careful -enye hadhari
  be careful! tahadhari!
caretaker mlinzi
car ferry feri ya magari
carnival kanivali
car park maegesho ya magari
carpet zulia
car rental gari za kukodi

Renting a car has advantages over any other means of transport. All the parks and reserves are open to private and rented vehicles (as well as organized tours), and there's a lot to be said for the freedom of choice that having your own wheels gives you. Unless there are more than two of you, though, it won't save you money over one of the cheaper camping safaris. Reputable car-rental firms also require a deposit, roughly equivalent to 20 per cent of the anticipated final charge. Credit cards are useful for this. →

There are one or two car-rental places in the smaller towns and along the coast but the only real choice is in Dar es Salaam, Arusha, Nairobi, Mombasa and Zanzibar. The minimum age is usually 23. Foreign driving licences are OK for up to three months; you're supposed to have them validated at a provincial headquarters, but few people seem to bother. Check the insurance details and always pay the daily collision damage waiver premium: even a small bump could be very costly otherwise.

Don't automatically assume the vehicle is roadworthy: have a good look at the engine and tyres, and don't set off without checking the spare (preferably two) and making sure you have a few vital tools. Ideally, always carry a tow rope, **panga**, spare water and fuel.

Four-wheel drive is always useful but, except in mountainous areas and on some of the marginal dirt roads during periods of heavy rain, not essential. However few, if any, agencies will hire out non-4WD vehicles for use in the parks, and most park rangers will turn away such cars at the gate, regardless of the season.

see **police**

carriage (of train) behewa
carrier bag mfuko
carrot karoti
carry beba
carry-cot kibebea mtoto
carton katoni
carving kinyago
case (suitcase) sutikesi
cash (noun) pesa
  (verb) badilisha
  will you cash this for me?
  waweza kunibadilishia hii?
cash desk kaunta ya keshia
cashew nuts korosho
cassette kaseti
cassette recorder kasetirikoda
castle ngome
casualty department wadi ya
  majeruhi
cat paka
catch (verb) pata
  where do we catch the bus to
  Mombasa? tunaweza kupata
  basi wapi kwenda
  Mombasa?
cathedral kanisa
Catholic (adj) -a Kikatoliki
cauliflower koliflawa
cave pango
caving kuingia mapangoni
ceiling dari
celery seleri (K), figili (T)
cemetery makabunini
centigrade sentigredi
centimetre sentimita
central -a katikati
central heating upashaji joto
  nyumba
centre katikati

how do we get to the city centre? tunawezaje kufika katikati ya mji?

certainly hakika

certainly not la hasha

chair kiti

change (noun: money) chenji

(verb) badilisha

can I change this for ...? naweza kubadilisha hii kwa ...?

I don't have any change sina chenji

can you give me change for a 500-shilling note? unaweza kunibadilishia noti ya shilingi mia tano?

•••••• DIALOGUE ••••••

do we have to change (trains)? ni lazima tubadilishe treni?

yes, change at Kisumu ndiyo, badilisha huko Kisumu

no it's a direct train hapana, treni inakwenda moja kwa moja

changed: I have to get changed lazima nibadilishe nguo

charge (noun) malipo

(verb) toza

charge card kadi ya malipo

see credit card

cheap rahisi

do you have anything cheaper? una chochote kilicho rahisi zaidi?

check (US: noun) cheki, hundi

(US: bill) bili

(verb) cheki

could you check the ...,

please? unaweza kucheki ..., tafadhali?

could I have the check, please? naweza kupata bili, tafadhali?

check in andikisha

where do we have to check in? pa kujiandikisha ni wapi?

check-in kujiandikisha, chekin

cheek (on face) shavu

cheerio! kwa heri!

cheers! (toast) chiaz!, kwa afya yako!

cheese jibini

cheetah duma

chemist's duka la dawa

cheque cheki, hundi

do you take cheques? naweza kulipa kwa cheki?

cheque book kijitabu cha cheki

cheque card kadi ya kuthibitisha cheki

cherry cheri

chest kifua

chewing gum ubani

chicken (bird) kuku

(meat) nyama ya kuku

chickenpox tetekuwanga

child mtoto

children watoto

child minder mwangalizi wa watoto

children's pool bwawa la watoto

children's portion sehemu ya watoto

chin kidevu

Chinese (adj) -a Kichina

chips chipsi

(US) krispu
chocolate chokoleti
  milk chocolate chokoleti ya
  maziwa
  plain chocolate chokoleti
  kahawia
  a hot chocolate chokoleti i
  moto ya kunywa
cholera kipindupindu
choose chagua
Christian name jina la ubatizo
Christmas Krismasi, Noeli
  Christmas Eve mkesha wa
  Krismasi
  merry Christmas! furaha ya
  Krismasi!
church kanisa
cigar sigaa
cigarette sigara
cigarette lighter laita
cinema sinema
circle duara
city mji
city centre katikati ya mji
clean (adj) safi
  (verb) safisha
  can you clean these for me?
  unaweza kunisafishia hivi?
cleaning solution (for contact
  lenses) dawa ya kusafishia
  lenzi
cleansing lotion losheni ya
  kusafishia ngozi
clear angavu
  (obvious) dhahiri
clever hodari
cliff genge
climbing kuparamia milima
cling film utando ganda

clinic kliniki
clock saa
close (verb) funga

•••••• **DIALOGUE** ••••••

what time does the shop/office
close? hufungua duka/ofisi saa
ngapi?
it closes at 8pm on weekdays and
6pm on Saturdays hufungua saa
mbili usiku siku za kazi na saa
kumi na mbili jioni Jumamosi
do you close for lunch? hufunga
wakati wa chakula cha
mchana?
yes, between 1 and 3.30pm ndiyo,
baina ya saa saba na saa tisa u
nusu

closed (office) imefungwa
  (shop) limefungwa
cloth kitambaa
clothes nguo

Take cotton clothes and good-
quality trainers, plus at least
one really warm sweater or, bet-
ter still, a soft-lined jacket with
pockets. A cotton jersey track-
suit is ideal for early-morning
game runs when you'll often set
off before sunrise. And, even if
you're on a shoestring, take
some nicer clothes to wear in
lodges: access is often difficult
for the ragged.
On the coast, where the major-
ity of the people are Muslim, you
should have regard for local
sensibilities. It's always best to
→

dress in loose-fitting garments: shirts with long sleeves and skirts or trousers in the towns. Swimming costumes are best restricted to the beach and poolsides. Suitably dressed and hatted men, and often women, can enter mosques, preferably after seeking permission from the local people if possible.

clothes line kamba ya kuanikia nguo
clothes peg kibanio
cloud mawingu
cloudy kumetanda mawingu
clutch klachi
coach (bus) basi
  (on train) behewa
coach station stesheni ya mabasi
coach trip safari kwa basi
coast pwani
  on the coast pwani
coat (long coat) koti
  (jacket) jaketi
coathanger kitundikia nguo
cockroach mende
cocoa kakao
coconut nazi
code (for phoning) kode
  what's the (dialling) code for Arusha? kode ya simu ya Arusha ni ipi?
coffee kahawa
  two coffees, please vikombe viwili vya kahawa, tafadhali
coin sarafu

Coke® kokakola
cold baridi
  I'm cold nahisi baridi
  I have a cold nina mafua
collapse: he's collapsed amezimia
collar ukosi
collect chukua
  I've come to collect ... nimekuja kuchukua ...
collect call simu ya kulipwa na mpokeaji
college chuo
colour rangi
  do you have this in other colours? unayo hii ya rangi nyingine?
colour film filamu ya rangi
comb (noun) kitana
come wasili

•••••• DIALOGUE ••••••

where do you come from? unatoka wapi?
I come from Edinburgh natoka Edinburgh

come back rudi
  I'll come back tomorrow nitarudi kesho
come in ingia
comfortable -a starehe
Comoros Islands visiwa vya Ngazija
compact disc diski
company (business) kampuni
compartment (on train) behewa
compass dira
complain lalamika

complaint malalamiko
I have a complaint
sikuridhika
completely kabisa
computer kompyuta
concert burudani la muziki
concussion mtikiosiko wa
ubongo
conditioner (for hair) kilainisha
nywele
condom kondomu
conference mkutano
confirm thibitisha
congratulations! hongera!
connecting flight flaiti ya
kuendeleza safari
connection (in travelling) uwezo
wa kuendeleza safari
conscious -enye fahamu
constipation kutopata choo
consulate Ubalozi Mdogo
contact (verb) wasiliana
contact lenses (miwani)lenzi
contraceptive kikingamimba
convenient -enye kufaa
that's not convenient si wakati
unaofaa
cook (verb) pika
not cooked haikupikika
vyema
cooker jiko
cookie biskuti
cooking utensils vyombo vya
kupikia
cool baridi kidogo
coral reef tumbawe
cork kizibo
corkscrew kizibuo
corner: on the corner kwenye

kona
in the corner katika kona
cornflakes konflak
correct (right) sahihi
corridor ujia
cosmetics vipodozi
cost (verb) gharimu
how much does it cost? ni bei
gani?
cot kibebea mtoto mchanga
cotton pamba
cotton wool pamba
couch (sofa) kochi
couchette kitanda katika treni
cough (noun) kikohozi
cough medicine dawa ya
kikohozi
could: could you ...?
unaweza ...?
could I have ...? naweza ...?
I couldn't ... sikuweza ...
could we ...? tunaweza ...?
could she ...? anaweza ...?
country shamba
(nation) nchi
countryside shamba
couple (two people) wawili
a couple of ... ... chache
courgette mung'unye
courier tarishi
course (main course etc) mlo
of course bila ya shaka
of course not bila ya shaka
sivyo
cousin binamu
cow ng'ombe
crab kaa
cracker (biscuit) biskuti
craft shop duka la sanaa

crash (noun) mgongano
I've had a crash nimepata
ajali ya mgongano
crazy -enye wazimu
cream (in cake) krimu
(lotion) losheni
(colour) rangi ya malai
creche 'creche'
credit card kreditkadi, kadi ya
malipo
do you take credit cards?
nikulipe kwa kreditkadi?

•••••• DIALOGUE ••••••

can I pay by credit card? naweza
kulipa kwa kreditkadi?
which card do you want to use?
unataka kutumia kadi gani?
Access/Visa Ekses/Viza
yes, sir sawa, Bwana
what's the number? namba ya
kadi?
and the expiry date? na tarehe ya
kumalizikia?

Visa, American Express and
Diners' Card are widely
accepted for tourist services
such as upmarket hotels
and restaurants, flight safaris
and car rental; Mastercard
is less widely accepted.
Abuse of credit cards is
not uncommon. If you're paying
a sum in shillings by credit
card, make sure that the
voucher specifies the currency
before you sign. If it doesn't,
it's all too easy for the →

vendor to fill in a dollar
sign in front of the total after
you've left.

crisps krispu
crockery vyombo vya kulia
crocodile mamba
crossing (by sea) kuvuka
crossroads njia (ya) panda
crowd kundi
crowded songana
crown (on tooth) kijazo cha jino
cruise (by ship) safari kwa meli
crutches mikongojo ya
kwapani
cry (verb) lia
cucumber tango
cup kikombe
a cup of ..., please kikombe
kimoja cha ..., tafadhali
cupboard kabati
cure (verb) ponesha
curly -enye mawimbi
current (electrical) umeme
(in water) mkondo
curtains mapazia
cushion takia
custom mila
Customs Forodha

At the Customs benches, you
will normally be asked if you
have any photographic equip-
ment, camcorders, cassette
players and so on. Unless you're
some kind of professional, with
mountains of specialist gear,
there shouldn't be any question →

of paying duty on personal equipment, though some Customs officers like to make notes of it all in your passport, to ensure it is re-exported. If you have friends in East Africa, however, and are taking presents for them, you are likely to have to pay duty if you declare the items.

cut (noun) mkato
(verb) kata
I've cut myself nimejikata
cutlery vifaa vya kulia
cycling kupanda baisikeli

Cycling can be one of the best ways of getting around East Africa: if you have the time and determination, you can get to parts of the region that would be hard to visit by any other means except perhaps on foot. It's also one way you will get to see wildlife outside the confines of the game parks. These days it's quite easy to buy a half-decent mountain bike in Nairobi, Arusha, Zanzibar or Dar es Salaam, as well as the traditional old-fashioned 28-inch roadsters from India. If you buy one of these three-speed heavy-weights, you can then sell it at the end of your trip. There's →

a ready market for second-hand ones, which doesn't exist to anything like the same extent for mountain bikes.

cyclist mpanda baisikeli

D

dad baba
daily kila siku
damage (verb) haribu
damaged -haribika
I'm sorry, I've damaged this samahani, nimeiharibu hii
damn! potelea mbali!
damp (adj) -a majimaji
dance (noun) dansi
(verb) kucheza dansi
would you like to dance? ungependa kucheza dansi?
dangerous -enye hatari
Danish (adj) -a Kidenish
dark (adj) nyeusi
it's getting dark giza linaanza kuingia
date* tarehe
what's the date today? ni tarehe gani leo?
let's make a date for next Monday miadi yetu iwe ni Jumatatu ijayo
dates (fruit) tende
daughter mtoto wa kike
daughter-in-law mkwe
dawn alfajiri
at dawn alfajiri
day siku
the day after siku inayofuatia

the day after tomorrow kesho kutwa

the day before siku iliyotangulia

the day before yesterday juzi

every day kila siku

all day mchana kutwa

in two days' time mnamo siku mbili

have a nice day nakutakia siku njema

day trip safari ya matembezi

dead -liokufa

deaf kiziwi

deal (business) patana

it's a deal tumekubaliana

death kifo

decaffeinated coffee kahawa isiyokuwa na kafeini

December Desemba, mwezi wa kumi na mbili (T)

decide amua

we haven't decided yet hatujaamua bado

decision uamuzi

deck (on ship) deki

deckchair kiti cha kujinyoshea

deep -enye kina

definitely bila shaka

definitely not sikubali hata kidogo

degree (qualification) digrii

dehydrated -liokauka

delay (noun) kukawia

deliberately kwa makusudi

delicatessen duka la vyakula tayari

delicious damu

deliver wasilisha

delivery (of mail) uwasilishaji

Denmark Denmark

dental floss nyuzi za kusafishia meno

dentist daktari wa meno

•••••• DIALOGUE ••••••

it's this one here ni hii hapa

this one? hii?

no, that one hapana, nataka ile here hapa

yes ndiyo

dentures meno bandia

deodorant kiondoa harufu mbaya

department idara

department store duka la vitu anuai

departure kuondoka

departure lounge ukumbi wa kuondokea

depend: it depends inategemea

it depends on ... inategemea juu ya ...

deposit (as security) amana (as part payment) rubuni

description maelezo

desert acha

dessert kimalizio

destination paishio safari

develop (film) safisha

•••••• DIALOGUE ••••••

could you develop these films? waweza kusafisha filamu hizi?

yes, certainly ndiyo, bila shaka

when will they be ready? zitakuwa tayari lini?

tomorrow afternoon kesho alasiri

how much is the four-hour service?
huduma ya saa nne ni kiasi gani?

diabetic (noun) **mgonjwa wa
kisukari**
dial (verb) **piga simu**
dialling code kode ya simu

> When calling from Tanzania
> dial 00, or from Kenya dial 011,
> then the country number, fol-
> lowed by the subscriber number,
> omitting the initial zero:
> Australia 61
> Canada 1
> Ireland 353
> New Zealand 64
> UK 44
> USA 1

diamond almasi
diaper nepi
diarrhoea kuharisha
  do you have something for
  diarrhoea? una dawa ya
  kuzuia kuharisha?
diary kitabu cha kumbukumbu
dictionary kamusi
didn't* usifanye
  see **not**
die fariki
diesel dizeli
diet chakula maalumu
  (slimming) **dayat**
  I'm on a diet nimo katika
  dayat
  I have to follow a special diet
  inanibidi kula chakula
  maalumu cha dayat

difference tofauti
  what's the difference? kuna
  tofauti gani?
different tofauti
  this one is different hii ni
  nyingine
  a different table meza
  nyingine
difficult ngumu
difficulty ugumu
dinghy kihori
dining room chumba cha kulia
dinner (evening meal) **chakula
  kikuu cha usiku**
  to have dinner kula chakula
  kikuu cha usiku
direct (adj) **moja kwa moja**
  is there a direct train? kuna
  treni iendayo moja kwa
  moja?
direction kuelekea
  which direction is it? kuelekea
  wapi?
  is it in this direction? ni
  kuelekea huku?
**directory enquiries huduma ya
  maulizo kwa simu**

> For the international operator
> service and directory enquiries,
> call 0905 (in Tanzania) and
> 0196 (in Kenya).

dirt uchafu
dirty chafu
**disabled: disabled person
  mlemavu**
  is there access for the
  disabled? kuna nafasi ya

kupita walemavu?
disappear toweka
  it's disappeared imepotea
disappointed kutoridhishwa
disappointing inasikitisha
disaster msiba
disco disko
discount kipunguzo cha bei
  is there a discount? kuna
  kipunguzo cha bei?
disease ugonjwa
disgusting inakirihisha
dish (meal) chakula
  (bowl) bakuli
disk (for computer) 'disk'
disposable diapers/nappies nepi
  za tumia-utupe
distance umbali
  in the distance kwa mbali
distilled water maji ya mvuke
district wilaya
disturb sumbua
diversion (detour) ugeuzaji wa
  njia
diving kupiga mbizi
diving board ubao wa kupigia
  mbizi
divorced: I'm divorced mimi ni
  mtalaka
divorcé(e) mtalaka
dizzy: I feel dizzy nahisi
  kizunguzungu
do (verb) fanya
  what shall we do? tufanye
  nini?
  how do you do it?
  unafanyaje?
  will you do it for me? waweza
  kunifanyia?

•••••• DIALOGUES ••••••

how do you do? hujambo?
nice to meet you nimefurahi
kuonana nawe
what do you do? (work) unafanya
kazi gani?
I'm a teacher, and you? mimi ni
mwalimu, na wewe je?
I'm a student mimi ni mwanafunzi
what are you doing this evening?
unafanya nini leo jioni?
we're going out for a drink, do you
want to join us? tunakwenda
kujiburudisha kwa vinywaji,
unataka kuja nasi?

do you want cream? unataka
krimu?
I do, but she doesn't nataka,
lakini yeye hataki

doctor daktari
  we need a doctor tunahitaji
  daktari
  please call a doctor tafadhali
  mwite daktari
  flying doctor huduma ya
  daktari kwa ndege

•••••• DIALOGUE ••••••

where does it hurt? panapouma ni
wapi?
right here hapa
does that hurt now? panauma
sasa hivi?
yes ndiyo
take this to the chemist chukua hii
uende duka la madawa

In all large towns in Kenya and Tanzania, there are some private doctors who can be consulted in their surgeries, or they can come to you if you make an appointment. Some surgeries are in the doctor's house and these can be identified by a plaque near the front door.

document waraka
dog mbwa
doll mtoto wa bandia
domestic flight safari za ndege za ndani
donkey punda
don't!* usifanye!
  don't do that! usifanye hivyo! see not
door mlango
doorman bawabu
double maradufu
double bed kitanda cha watu wawili
double room chumba cha watu wawili
doughnut donati
down chini
  down here hapa chini
  put it down over there weka pale chini
  it's down there on the right ni pale upande wa kulia
  it's further down the road ni mbele zaidi njiani
downstairs chini
dozen darzeni
  half a dozen nusu darzeni
draught beer biya ya pipa

draughty: it's draughty kuna upepo baridi
drawer mtoto wa meza
drawing uchoraji
dreadful -baya sana
dream (noun) ndoto
dress (noun) nguo
dressed: get dressed! vaa nguo!
dressing (for wound) bendeji ya vidonda
  salad dressing kiungo cha saladi
dressing gown vazi la mapumziko
drink (noun: alcoholic) pombe (non-alcoholic) kinywaji (verb) kunywa
  a cold drink kinywaji baridi
  can I get you a drink? nikupatie kinywaji cha pombe?
  what would you like (to drink)? unataka kunywa nini?
  no thanks, I don't drink A'a, asante, sinywi pombe
  I'll just have a drink of water nataka kunywa maji tu
drinking water maji ya kunywa
  is this drinking water? haya ni maji ya kunywa?
drive (verb) endesha
  we drove here tumekuja kwa gari hapa
  I'll drive you home nitakupeleka nyumbani kwa gari
driver dereva

driving
When driving, beware of unexpected rocks and ditches – and animals and people. On the road, it's accepted practice to honk your horn stridently to warn pedestrians. In Tanzania and Kenya traffic keeps to the left, and although standard international road signs are in use, you may not necessarily find them where you would normally expect a road sign. Sign-posting, while generally useful, is haphazard – especially on dirt roads. If a junction appears to lack a sign, it's assumed you'll keep to the busiest track. Beware of 'speed bumps' (especially in Kenya). Occasionally you'll see a sign like 'rumble strips ahead', but more usually the first you'll know of them is when your head hits the roof. They are found in rural areas wherever a busy road has been built through a village, and on the roads in and out of nearly every large town.

On the question of driving etiquette, it's common practice to flash oncoming vehicles, and to signal right to deter drivers behind from overtaking. You may find both practices →

disconcerting at first. Left indicator signals are used to say 'please overtake'.

driving licence leseni ya gari
drop: just a drop, please (of drink) nataka kidogo tu, tafadhali
drug (medicine) dawa
drugs (narcotics) madawa ya kulevya
drums ngoma
drunk (adj) amelewa
drunken driving uendeshaji gari wa kilevi
dry (adj) kavu
  (wine) isiyo tamu
dry-cleaner dobi
dry season kiangazi
duck (bird) nyama ya bata
  (meat) nyama ya bata
due tarajiwa
  he was due to arrive yesterday alitarajiwa kuwasili jana
  when is the train due? treni inatarajiwa kuwasili wakati gani?
dull (pain) hafifu
  (weather) yenye mawingu
dummy (baby's) nyonyo bandia
during muda
dust vumbi
dustbin pipa la taka
dusty yenye vumbi
Dutch (adj) -a Kiholanzi
duty-free (goods) isiyolipiwa ushuru
duty-free shop duka liuzalo vitu

bila ushuru
duvet mfarishi

E

each kila moja
 how much are they each? bei
 gani kila moja?
ear sikio
earache maumivu ya sikio
 I have earache nina maumivu
 sikioni
early mapema
 early in the morning asubuhi
 mapema
 I called by earlier nilipitia
 hapa kabla
earrings herini
east mashariki
 in the east mashariki
East Africa Afrika ya Mashariki
East African (adj) -a Afrika ya
 Mashariki
Easter Pasaka
eastern -a mashariki
easy rahisi
eat kula
 we've already eaten, thanks
 tumeshakula, asante

---

eating habits
In any **hoteli** (a small restaurant
or café), there's always a
number of predictable dishes
intended to fill you up at the
least cost. Potatoes, rice,
plantains and **ugali** (a stiff
cornmeal porridge) are the
staples, eaten with chicken,→

goat, beef or vegetable stew,
various kinds of spinach, beans
or sometimes fish. Portions are
usually gigantic: half-portions
(ask for '**nusu**') aren't much
smaller. But even in small
towns, more and more cafés are
appearing where most of the
menu is fried – eggs, sausages,
chips, fish, chicken and burgers.
In many restaurants, you can get
a meal at almost any time dur-
ing their opening hours, but
proper breakfast time is usually
7–9.30am, lunch is served from
noon to 2.30pm and the evening
meal from 7 to 9.30pm.
Breakfast varies widely. Stock
hoteli fare consists of a cup of
sweet tea and a doorstep of
white bread, thickly spread with
margarine. If you're staying at a
luxury hotel or lodge, breakfast
is usually a lavish hot and cold
buffet. In the average mid-
priced hotel, you'll get a full
English-style breakfast.
Kenya's and Tanzania's seafood
and meat are renowned. Game
meat is a bit of a Kenyan speci-
ality and you may get giraffe,
zebra, impala, crocodile or
ostrich on the menu.
The standard feast for most
Kenyans is a huge pile of **nyama
choma** (roast meat). This is
usually eaten at a purpose-built
nyama choma bar, with beer and→

music and sometimes **ugali** and spinach. You go to the kitchen and order by weight. There's usually a choice of beef or mutton. In some towns in Northern Tanzania there is a similar roast meat speciality but no purpose-built bars.

eau de toilette manukato ya msalani
ebony mpingo
economy class viti vya bei rahisi
egg yai
eggplant biringani
either mojawapo
  either ... or ... ama ... au ...
  either of them kimojawapo
eland pofu
elbow kiwiko
electric -a umeme
electrical appliances vifaa vya umeme
electrician fundi umeme
electricity umeme

Kenya's electricity supply is usually reliable and uses square, three-pin plugs on 220-240V. Only fancier hotels have outlets or shaver points in the rooms. In Tanzania, the electricity supply is on 230V and square three-pin or two-pin plugs are used.

elephant tembo, ndovu
elevator lifti

else: something else kitu kingine
  somewhere else mahali pengine

•••••• D I A L O G U E ••••••
would you like anything else? unataka kitu chochote kingine?
no, nothing else, thanks hapana, sitaki chochote zaidi, asante

email i-mail, 'email'
embassy Ubalozi
emergency dharura
  this is an emergency! hili ni jambo la dharura!
emergency exit mlango wa dharura
empty tupu
end (noun) mwisho
  at the end of the street mwisho wa njia
  when does it end? inamalizika wakati gani?
engaged (toilet, telephone) inatumika
  (man/woman) poswa/posa
engine (car) injini
England Uingereza
English (adj) -a Kiingereza
  (language) Kiingereza
  I'm English mimi ni Mwingereza
  do you speak English? unaelewa Kiingereza?
enjoy furahia
  to enjoy oneself kujifurahisha

•••••• DIALOGUE ••••••
how did you like the film?
uliipenda filamu?
I enjoyed it very much – did you
enjoy it? nilifurahika nayo sana –
je wewe ilikufurahisha?

enjoyable yafurahisha
enlargement (of photo) ukuzaji
  wa picha
enormous kubwa sana
enough ya kutosha
  there's not enough haitoshi
  it's not big enough si kubwa
  that's enough inatosha
entrance mlango
envelope bahasha
epileptic (noun) mwenye kifafa
equipment vifaa
error kosa
especially hususan
essential muhimu
  it is essential that ... ni
  muhimu kwamba ...
Ethiopia Ithiopia, Uhabeshi
Ethiopian (adj) -a Kiithiopia

etiquette
Be warned that failure to
observe the following points of
etiquette can get you in trouble.
You should stand up in cinemas
and on other occasions when the
national anthem is playing.
Stand still when the national
flag is being raised or lowered
in your field of view. Don't take
photos of the President's flag
(often seen on state occasions).

Pull off the road completely
when scores of motorcycle out-
riders appear, then get out and
stand by your vehicle. Never tear
up a banknote, of any denomi-
nation. And don't urinate in
public.

Europe Ulaya
European (adj) -a kizungu
even hata
  even if ... hata ikiwa ...
evening jioni
  this evening leo jioni
  in the evening jioni
evening meal chakula cha jioni
eventually mwishowe
ever wakati wo wote

•••••• DIALOGUE ••••••
have you ever been to Serengeti?
umepata kufika Serengeti?
yes, I was there two years ago
ndiyo, nilikuwa huko miaka
miwili iliyopita

every kila
  every day kila siku
everyone kila mtu
everything kila kitu
everywhere kila mahali
exactly! hasa!
exam mtihani
example mfano
  for example kwa mfano
excellent bora kabisa
  excellent! nzuri sana!
except ila
excess baggage mizigo iliyozidi
  uzito

exchange rate kima cha
  kubadilishia sarafu
exciting -a kusisimua
excuse me (to get past) samahani
  nipishe
  (to get attention, to say sorry)
  samahani
exhausted (tired) -choka kabisa
exhaust (pipe) paipu ya ekzosi
exhibition maonyesho
exit mlango wa kutokea
  where's the nearest exit? uko
  wapi mlango wa karibu wa
  kutokea?
expect tarajia
expensive ghali
experienced mwenye uzoefu
explain eleza
  can you explain that? unaweza
  kuelezea hayo?
express (mail) -a haraka
  (train) iendayo kasi
extension (telephone)
  ekstenshan
  extension 221, please
  ekstenshan mbibli, mbili,
  moja, tafadhali
extra zaidi
  can we have an extra one?
  tunaweza kupata
  moja zaidi?
  do you charge extra for that?
  unatoza malipo zaidi kwa
  hiyo?
extraordinary -a ajabu
extremely kabisa
eye jicho
  will you keep an eye on my
  suitcase for me? tafadhali

nitazamie begi langu?
eyebrow pencil kitilia rangi
  nyusi

---

eye contact

Eye contact, or lack of it, can be
a source of misunderstanding.
In a traditional social context,
younger people normally defer
to their elders by avoiding much
direct eye contact. If you ask
directions of a young person or
try to have any kind of conver-
sation, you may get an oddly
shifty response, which may
nevertheless be polite and
well-meaning.

---

eye drops dawa ya kusafisha
  macho
eyeglasses miwani
eyeliner wanja wa kupaka
  kwenye kope
eye make-up remover kiondoa
  rangi za pambo machoni
eye shadow rangi ya kupambia
  macho

F

face uso
factory kiwanda
Fahrenheit Farenhaiti
faint (verb) zimia
  she's fainted amezimia
  I feel faint nahisi karibu
  kuzimia
fair (funfair) ramsa
  (trade) maonyesho ya

biashara
(adj) -a haki
fairly kwa kiasi
fake (noun) bandia
fall (verb) anguka
she's had a fall alianguka
fall (US) majira ya pukutiko la majani
in the fall katika majira ya pukutiko la majani
false -a uongo
family familia
fan (electrical) feni
(handheld) upepeo
(sports) mshabiki
fan belt ukanda wa feni
fantastic -a ajabu
far mbali

•••••• DIALOGUE ••••••

is it far from here? ni mbali kutoka hapa?
no, not very far hapana, si mbali sana
well how far? basi ni umbali gani?
it's about 20 kilometres kama kilomita ishirini hivi

fare (bus, rail etc) nauli
farm shamba
fashionable -a mtindo wa kisasa
fast -a haraka
fat (person) -nene
(on meat) shahamu
father baba
father-in-law baba mkwe
faucet mfereji
fault kosa
sorry, it was my fault

samahani, ilikuwa kosa langu
it's not my fault si kosa langu
faulty ina dosari
favourite kipenzi
fax (noun) faksi
(verb: person) kumpelekea faksi
(document) kupeleka faksi
February Februari, mwezi wa pili (T)
feel hisi
I feel hot nahisi joto
I feel unwell sijisikii vizuri
I feel like going for a walk nataka kwenda kutembea
how are you feeling? unajionaje?
I'm feeling better napata nafuu
fence ua
fender (US: of car) bampa la gari
ferry feri

On the Tanzanian coast there is a regular daily ferry service by hovercraft, hydrofoil and cata- maran between Dar es Salaam and Zanzibar island; and also some boat services to Mafia island, Mtwara and Lindi. In Kenya the only regular ferries of any importance are those connecting the islands of the Lamu Archipelago and sporadic services between Mombasa and Zanzibar. On Lake Victoria, Tanganyika and Nyasa Tanzania Railways (TRC) operate steamer services between various ports. Kenya Railways also operate small ferries which churn around →

the Winam Gulf and out to a couple of islands on Lake Victoria. There is an international passenger steamer service between Mwanza (Tanzania), Kisumu (Kenya) and Port Bell (Uganda). Some commercial vessels will also take passengers across the lake.

festival sherehe
fetch leta
  I'll fetch him nitamleta
  will you come and fetch me later? unaweza kuja kunichukua baadaye?
feverish -enye kuhisi homa
few: a few chache
  a few days siku chache
fiancé(e) mchumba
field uwanja
fight (noun) mapigano
figs tini
fill in jaza
  do I have to fill this in? ni lazima nijaze hii?
fill up jaza kabisa
  fill it up, please tafadhali, jaza kabisa
filling (in cake, sandwich) vijazio
  (in tooth) kijazo
film filamu

•••••• DIALOGUE ••••••

  do you have this kind of film? unayo filamu ya aina hii?
  yes, how many exposures? ndiyo, unataka yenye picha ngapi?
  36 thalathini na sita

film processing kusafisha filamu
filter coffee kahawa ya kuchujwa
filthy chafu
find (verb) ona
  I can't find it sikioni kilipo
  I've found it nimekiona
find out tafuta
  could you find out for me? unaweza kunitafutia?
fine (weather) nzuri
  (punishment) faini

•••••• DIALOGUES ••••••

  how are you? hujambo?
  I'm fine, thanks sijambo, asante

  is that OK? je ni sawa?
  that's fine, thanks ni sawa, asante

finger kidole
finish (verb) maliza
  I haven't finished yet sijamaliza bado
  when does it finish? inamalizika wakati gani?
fire moto
  (blaze) moto mkali
  fire! moto!
  can we light a fire here? tunaweza kuwasha moto hapa?
  it's on fire inawaka moto
fire alarm king'ora cha moto
fire brigade zimamoto

Throughout Kenya and Tanzania, dial 999 for the fire brigade, except in Dar es Salaam, where the number is 995. They usually take ages to arrive.

fire escape njia ya kuukimbia moto
fire extinguisher kizima moto
first -a kwanza
 I was first nilikuwa wa kwanza
 at first kwanza
 the first time mara ya kwanza
 first on the left ya mwanzo kushoto
first aid huduma ya kwanza
first-aid kit vifaa vya huduma ya kwanza
first-class (travel etc) kilasi ya kwanza
first floor ghorofa ya kwanza
 (US) ghorofa ya chini
first name jina la kwanza
fish (noun) samaki
fishing kuvua samaki
fishmonger's muuza samaki
fit (attack) ugonjwa wa ghafla
fit: it doesn't fit me hainifai
fitting room pa kujaribia nguo
fix (arrange) tengeneza
 can you fix this? (repair) unaweza kuitengeneza hii?
fizzy drink soda
flag bendera
flannel kitambaa cha sufi
flash (for camera) taa ya kamera
flat (noun: apartment) fleti,

ghorofa
 (adj) tambarare
 I've got a flat tyre tairi langu lina pancha
flavour ladha
flea kiroboto
flight safari kwa ndege, flaiti
flight number namba ya safari, namba ya flaiti
flippers viatu vya mpira vya kuogelea
flood mafuriko
floor (of room) sakafu
 (storey) ghorofa
 on the floor sakafuni
florist muuza maua
flour unga
flower ua
flu 'flu'
fluent fasaha
 he speaks fluent Swahili anasema Kiswahili fasaha
fly (noun) nzi
 (verb) safiri kwa ndege
 can we fly there? tunaweza kusafiri kwa ndege kule?
fly in wasili
fly out ondoka
fog ukungu
foggy: it's foggy kuna ukungu
folk dancing ngoma ya kimila
folk music muziki wa kimila
follow fuata
 follow me nifuate
food chakula
food poisoning kudhurika kwa chakula
food shop/store duka la vyakula

foot (of person) mguu
  (measurement) futi
  on foot kwa miguu
football (game) soka, kandanda
  (ball) mpira
football match mechi ya
  kandanda
for ya
  do you have something
  for ... ? (headache/diarrhoea etc)
  una dawa ya ...?

•••••• DIALOGUES ••••••

who's the biriani for? biriani ya
  nani?
that's for me hiyo yangu mimi
and this one? na hii je?
that's for her hiyo yake

where do I get the bus for
  Magomeni? nitapata basi wapi
  kwenda Magomeni?
the bus for Magomeni leaves from
  Mnara street basi la kwenda
  Magomeni laondokea njia ya
  Mnara

how long have you been here?
  umekuwapo hapa kwa muda
  gani?
I've been here for two days, how
  about you? nimekuwapo hapa
  kwa muda wa siku mbili, je
  wewe?
I've been here for a week
  nimekuwapo hapa kwa muda wa
  wiki moja

forehead paji
foreign -geni
foreigner mgeni

forest msitu
forget sahau
  I forget nasahau
  I've forgotten nimesahau
fork uma
  (in road) njia ya panda
form (document) fomu
formal (dress) rasmi
fortnight wiki mbili
fortunately kwa bahati nzuri
forward: could you forward my
  mail? waweza kunipelekea
  barua zangu?
forwarding address anwani ya
  kupelekea barua
foundation cream krimu ya
  kupaka kwanza
fountain chemchemu
foyer ukumbi
fracture (noun) mvunjiko
France Ufaransa
free huru
  (no charge) bure
  is it free (of charge)? ni bure?
freeway barabara
freezer friza
French (adj) -a Kifaransa
  (language) Kifaransa
French fries chipsi
frequent mara kwa mara
  how frequent is the bus to
  Mombasa? mara ngapi basi
  linakwenda Mombasa?
fresh (fruit etc) -a kawaida,
  freshi
fresh orange juice maji ya
  machungwa safi
Friday Ijumaa
fridge friji

fried -a kukaanga
fried egg yai la kukaanga
friend rafiki
friendly kirafiki
from toka, kutoka
  when does the next train from
  Arusha arrive? treni ijayo
  kutoka Arusha inawasili
  wakati gani?
  from Monday to Friday toka
  Jumatatu hadi Ijumaa
  from next Thursday kuanzia
  Alhamisi ijayo

•••••• D I A L O G U E ••••••

  where are you from? unatoka
  wapi?
  I'm from Slough natoka Slough

front mbele
  in front mbele ya
  in front of the hotel mbele ya
  hoteli
  at the front upande
  wa mbele
frost baridi kali
fruit matunda
fruit juice juisi, maji ya
  matunda
frying pan kikaango
full iliojaa
  it's full of ... imejaa ...
  I'm full nimeshiba
full board malazi na chakula
fun: it was fun ilifurahisha
funeral mazishi, maziko
funny (strange) -geni
  (amusing) -a kuchekesha
furniture fanicha
further mbele zaidi

it's further down the road
mbele zaidi njiani

•••••• D I A L O G U E ••••••

how much further is it to Kilindini?
masafa gani zaidi mpaka
Kilindini?
about 5 kilometres kiasi cha
kilomita tano

fuse fyuzi
  the lights have fused fyuzi
  imezimisha taa
fuse box kisanduku cha fyuzi
fuse wire waya wa fyuzi
future wakati ujao
  in future wakati ujao

G

gallon galoni
game (cards, match etc) mchezo
  (meat) nyama ya mawindo
game park mbuga ya wanyama
garage gereji

When you have a puncture,
as you will, get it mended
straight away – it costs very
little and can be done almost
anywhere there are vehicles.
Local mechanics can apply
creative ingenuity to the most
disastrous situations, but
spare parts, tools and proper
equipment are rare off the
main routes. Always settle
on a price before the work
begins. And beware of scams
→

and con artists: the 'oil leak' under your parked car still catches many people out.

garden bustani
garlic kitunguu saumu
gas gesi
  (US) petroli
gas can (US) kopo la petroli
gas cylinder (camping gas) silinda yenye gesi
gas-permeable lenses lenzi zipenyazo gesi
gas station kituo cha petroli
gate mlango
gay hanithi
gay bar baa ya mahanithi
gazelle swala
gearbox giaboksi
gear lever gialiva
gears gia
general (adj) kwa jumla
gents (toilet) choo cha wanaume, msalani (T)
genuine (antique etc) halisi
German (adj) -a Kijerumani
  (language) Kijerumani
Germany Ujerumani
get (obtain) pata
  (fetch) leta
could you get me another one, please? wawezo kuniletea nyingine, tafadhali?
how do I get to ...? naweza kufika vipi ...?
do you know where I can get them? unajua naweza kupata wapi?

• • • • • DIALOGUE • • • • •

can I get you a drink? nikupatie kinywaji?
no, I'll get this one, what would you like? hapana, nitakupatia, unataka kunywa nini?
a beer, please biya, tafadhali

get back (return) rudi
get in (arrive) wasili
get off shuka
  where do I get off? nishuke wapi?
get on (to train etc) panda
get out (of car etc) toka
get up (in the morning) amka
gift zawadi

Ballpoint pens and postcards are about the only small items worth taking as gifts and can always be given to children. Off the beaten track, they'll be appreciated by many adults too, though few people will have an exaggerated idea of their real value. If you'll be travelling around or staying for some time and really want to prepare, get a large batch of photos of you and your family with your address on the back. You'll get lots of mail.

gift shop duka la vitu vya zawadi
gin jin
  a gin and tonic, please jin na toniki, tafadhali

giraffe twiga

girl msichana

girlfriend galfrendi, rafiki wa
  kike

give pa

  can you give me some
  change? waweza kunipa
  chenji?

  I gave it to him nimempa
  yeye

  will you give this to ...?
  waweza kumpa hii ...?

•••••• DIALOGUE ••••••

  how much do you want for this?
  unataka kiasi gani kwa hii?

  I'll give you 300 shillings nitakupa
  shilingi mia tatu

give back rudisha

glad furahika

glass (material) kioo
  (for drinking) gilasi
  a glass of wine gilasi ya
  mvinyo

glasses miwani

gloves glavu

go -enda
  where are you going?
  unakwenda wapi?
  we'd like to go to the cinema
  tunataka kwenda sinema
  where does this bus go? basi
  hili linaendea wapi?
  let's go! twende zetu!
  hamburger to go hambaga ya
  kuchukua nje
  she's gone (left) amekwenda
  zake
  where has he gone?
  amekwenda wapi?

I went there last week
  nilikwenda huko wiki
  iliyopita

go away nenda
  go away! nenda zako we!

go back (return) rudi

go down (the stairs etc) nenda
  chini

go in ingia

go out (in the evening) tembea
  do you want to go out tonight?
  unataka kutembea leo
  usiku?

go through pita

go up (the stairs etc) panda juu

goat (animal) mbuzi
  (meat) nyama ya mbuzi

God Mungu

goggles miwani kubwa ya
  kukinga macho

gold dhahabu

golf gofu

golf course uwanja wa gofu

good nzuri
  good! nzuri!
  it's no good haifai kitu

goodbye kwa heri
  (to more than one person) kwa
  herini

good evening habari za jioni

Good Friday Ijumaa Kuu

good morning habari za
  asubuhi

good night usiku mwema,
  alamsiki (T)

goose bata bukini

got*: we've got to leave
  inatupasa kuondoka
  have you got any ...? una ...?

government serikali
gradually polepole
gram(me) gramu
granddaughter mjukuu wa kike
grandfather babu
grandmother bibi, nyanya
grandson mjukuu wa kiume
grapefruit balungi
grapefruit juice maji ya balungi,
 juisi ya balungi
grapes zabibu
grass majani
grateful -enye shukrani
gravy rojo, mchuzi
great (excellent) safi kabisa,
 nzuri sana
 that's great! ni safi kabisa!, ni
 nzuri sana!
 a great success mafanikio
 makubwa
Great Britain Uingereza
Greece Ugiriki
greedy mroho, mchoyo
Greek (adj) -a Kigiriki
green kijani
green card (car insurance) kadi ya
 bima ya gari
greengrocer's duka la mboga
 na matunda

greeting people

It is more or less essential to
greet anyone with whom you are
about to enter into a conversa-
tion, no matter how brief. Men
normally shake hands on meet-
ing, even if they have seen each
other recently. If they are more
than casual acquaintances, it is
→

common for the handshake to
remain a friendly clasp, as they
continue to greet each other,
long after a Western handshake
would have finished. Women
don't generally shake hands
unless they know each other
well, though female tourists
are often greeted as if they
were men.

grey rangi ya kijivu
grill (noun) chanja ya
 kuchomea nyama
grilled iliyochomwa
grocer's duka la vyakula
ground chini
 on the ground chini
ground floor ghorofa ya chini
group kikundi
guarantee (noun) dhamana
 is it guaranteed? ina
 dhamana?
guava pera
guest mgeni
guesthouse nyumba ya wageni
guide (person) mwongozi

It's very easy to fall prey to
misunderstandings in your
relations with people (usually
boys and young men) who offer
their services as guides or
helpers. You should absolutely
never assume anything is being
done out of simple kindness. It
may well be, but, if it isn't, you
must expect to pay something.
→

What you must never do, as when bargaining, is enter into an unspoken contract and then break it by refusing to pay for the service. If you're being bugged by someone whose help you don't need, just let them know you can't pay anything for their trouble. It may not make you a friend, but it always works and it's better than a row and recriminations.

guidebook kitabu cha kuwasaidia watalii
guided tour safari ya kuongoza watalii
guitar gitaa
gum (in mouth) ubani
gun (rifle) bunduki
  (pistol) bastola

H

hair nywele
hairbrush brush ya nywele
haircut kukata nywele
hairdresser's (men's) kinyozi
  (women's) mtayatisha nywele
hairdryer kikausha nywele
hair gel jeli ya nywele
hairgrips pini za nywele
hair spray marashi maalumu ya nywele
half nusu
  half an hour nusu saa
  half a litre nusu lita
  about half that kiasi cha nusu
half board malazi na chakula

mara mbili
half-bottle nusu chupa
half fare nusu ya nauli
half-price nusu ya bei
ham hemu
hamburger hambaga
hand mkono

The left hand is traditionally reserved for cleaning the private parts and should not be used for passing something to someone, especially not food. When eating with your fingers, you should use only your right hand.

handbag mkoba
handbrake breki ya mkono
handkerchief hankachifu
handle (on door) kipete
  (on suitcase etc) kishikio
hand luggage mizigo ya mkononi
hang-gliding urukaji angani kwa tiara
hangover hangova
  I've got a hangover nina hangova
happen tokea
  what's happening? kuna nini?
  (what's going on?, what news?) habari gani?
  what has happened? kumetokea nini?
happy -a furaha
  I'm not happy about this sikufurahika na haya
harbour bandari
hard -gumu

hard-boiled egg yai la
  kuchemsha gumu
hard lenses lenzi ngumu
hardly chache
  hardly ever hata chembe
hardware shop duka la vifaa
hare sungura
hat kofia
hate (verb) chukia
have* pata
  (in past, future) kuwa na
  can I have a ...? naweza
  kupata ...?
  do you have ...? una ...?
  what'll you have? (to drink)
  unataka kunywa nini?
  I have to leave now lazima
  niondoke sasa
  do I have to ...? ni lazima
  ni-...?
  can we have some ...?
  tunaweza kupata ...?
hayfever kamasi ziletwazo na
  vumbi
hazelnuts hezelnat
he* yeye
head kichwa
headache maumivu ya kichwa
headlights taa za mbele za gari
headphones hedfoni

health
You should have tetanus and
polio boosters and doctors
usually recommend typhoid
jabs. Opinion is divided about
gamma-globulin (or immuno-
globulin) shots against hepati-
tis A. To reduce the risk of
→

hepatitis, be extra careful about
cleanliness and in particular
about contamination of water.
Malaria is widespread through-
out east and central Africa,
except in the highlands. Protec-
tion against this dangerous
disease is essential. You should
start taking malaria tablets
before departure and don't
forget to continue taking them
for the prescribed time after
you return. The best pre-
caution is to avoid being
bitten by the nocturnal, malaria-
carrying mosquitos; apply
repellent liberally every evening,
and always sleep under treated
mosquito nets.
Bilharzia is a serious disease
that can be contracted from
the merest contact with infected
still or slow-moving water.
The usual recommendation is
never to swim in, wash with
or even touch, lake water that
can't be vouched for. If you feel
major fatigue and pass
blood – the first symptoms of
bilharzia – see a doctor: it's
curable.

healthy -a afya
hear sikia

•••••• DIALOGUE ••••••

can you hear me? unaweza
kunisikia?
I can't hear you, could you

repeat that? siwezi kukusikia,
sema tena?

hearing aid kisaidizi cha
usikivu
heart moyo
heart attack shtuko la moyo
heat joto
heavy -zito
heel (of foot, shoe) kisigino
could you heel these?
unaweza kuvitia visigino?
heelbar duka la kutengeneza
viatu
height (of person) kimo
(of mountain) urefu
helicopter helikopta
hello habari
helmet helmeti
help (noun) msaada
(verb) saidia
help! msaada!
can you help me? unaweza
kunisaidia?
thank you very much for your
help asante sana kwa
msaada wako
helpful -a msaada
hepatitis homa ya manjano
her* yeye
(possessive) -ake
I haven't seen her sijamwona
to her kwake
with her pamoja naye
for her kwa ajili yake
that's her ni yeye
that's her towel hiyo ni taulo
yake
herbal tea chai ya mimea
herbs viungo

herd kundi la wanyama
here hapa
here is ... hii hapa ...
here are ... hizi hapa ...
here you are haya chukua
hers* -ake
that's hers ni yake
hey! je vipi!
hi! (hello) habari!
hide (verb) ficha
high -juu
highchair kiti cha mtoto
mdogo
highway barabara
hill kilima
him* yeye
I haven't seen him sijamwona
to him kwake
with him pamoja naye
for him kwa ajili yake
that's him ni yeye
hip nyonga
hippopotamus kiboko
hire kodi, kodisha (K)
for hire ya kukodisha
where can I hire a bike?
naweza kukodi baiskeli
wapi?
see rent
his* -ake
it's his car ni gari lake
that's his ni yake
hit (verb) piga
hitch-hike omba lifti
hobby hobi
hog nguruwe
hold (verb) shika
hole shimo
holiday likizo

on holiday likizoni
Holland Uholanzi
home nyumbani
  at home (in my house etc)
  nyumbani kwangu
  (in my country) nchini kwetu
  we go home tomorrow
  tutarejea kwetu kesho
honest aminifu
honey asali
honeymoon fungate
hood (US: of car) boneti
hope (verb) tumaini
  I hope so natumaini ni hivyo
  I hope not natumaini
  haitakuwa hivyo
hopefully kwa matumainio
horn (of car) honi
  (of animal) pembe
horrible -a kutisha, mbaya
horse farasi
horse riding kupanda farasi
hospital hospitali
hospitality ukarimu
  thank you for your hospitality
  asante kwa ukarimu wako
hot joto
  (spicy) kali
  I'm hot naona joto
  it's hot today kuna joto leo
hotel hoteli

At the top end of the hotel range are the big tourist establishments. In the game parks they are known as lodges. Some establishments are extremely good value, but others are shabby and overpriced, so check →

carefully before splashing out. If possible you should reserve in advance for the more popular establishments, especially from December to February. Lodges in the top price brackets are normally quoted on a full-board basis, and prices can be extortionate. Upmarket city hotels quoted on a room only or bed and breakfast basis are more affordable. Coastal hotels and safari lodges cut their prices in the low season, April–June. Between the upmarket hotels and the cheap lodging houses come all the medium-priced, middle-class places. Some of them were once slightly grand, others are old settlers' haunts that don't fit modern East Africa, and some newer ones are catering for the local middle class.

hotel room chumba cha hoteli
hot spring chemchemu ya maji
  ya moto
hour saa
house nyumba
hovercraft hovakrafti
how vipi
  how many? ngapi?
  how do you do? u hali gani?

••••• DIALOGUES •••••

how are you? hujambo?
fine, thanks, and you? sijambo,
asante, na wewe je?

how much is it? ni kiasi gani?
300 shillings shilingi mia tatu
I'll take it nitanunua

humid -enye unyevunyevu
hungry -enye njaa
  are you hungry? una njaa?
hurry (verb) harakisha
  I'm in a hurry nina haraka
  there's no hurry hakuna
  haraka
  hurry up! fanya haraka!
hurt (verb) umiza
  it really hurts inaumiza sana
husband mume
hydrofoil motaboti ya
  haidrofoili
hyena fisi

I

I mimi
ice barafu
  with ice na barafu
  no ice, thanks bila barafu,
  asante
ice cream aiskrimu
ice-cream cone koni ya
  aiskrimu
ice lolly aiskrimu kijitini
idea wazo
idiot mjinga
if ikiwa
ignition ignisheni
ill -gonjwa
  I feel ill naumwa
illness ugonjwa
imitation (leather etc) -a kuigiza
immediately bila kukawia
impala swala pala

important muhimu
  it's very important ni muhimu
  it's not important si muhimu
impossible -siowezekana
impressive -a kuvutia
improve endeleza vyema
  I want to improve my Swahili
  nataka kujiendeleza katika
  Kiswahili
in katika
  in my car katika gari langu
  in Nairobi mjini Nairobi
  it's in the centre iko katikati
  in two days from now mnamo
  siku mbili tokea sasa
  in five minutes mnamo dakika
  mbili
  in May katika Mei
  in English kwa Kiingereza
  in Swahili kwa Kiswahili
  is he in? yuko ndani?
inch inchi
include tia pamoja na
  does that include meals? ni
  pamoja na chakula?
  is that included? hiyo imo
  pamoja?
inconvenient sumbufu
incredible nzuri sana
Indian (adj) -a Kihindi
Indian Ocean Bahari ya Hindi
indicator indiketa
indigestion kiungulia
indoor pool bwawa la ndani ya
  nyumba
indoors ndani ya nyumba
inexpensive isio ghali
infection ambukizo
infectious -enye kuambukiza

inflammation (on the body) uvimbe

informal -sio rasmi

information habari, maelezo
do you have any information about ...? una habari yoyote kuhusu ...?

information desk maulizo

injection kupiga sindano

injured umizwa
she's been injured ameumia

in-laws wakwe

inner tube (for tyre) mpira wa tairi

innocent -sio na hatia

insect mdudu

insect bite kuumwa na mdudu
do you have anything for insect bites? una dawa ya kutibu maumo ya wadudu?

insect repellent dawa ya kujikinga na wadudu

inside ndani
inside the hotel ndani ya hoteli
let's sit inside tukae ndani

insist sisitiza
I insist nasisitiza

insomnia kukosa usingizi

instant coffee kahawa ya unga

instead badala ya
give me that one instead nipe hiyo badala yake
instead of ... badala ya ...

insulin insulini

insurance bima

intelligent mwenye akili

interested: I'm interested

in ... napendelea ...

interesting yavutia
that's very interesting inavutia sana

international -a kimataifa

interpret tafsiri

interpreter mkalimani

interval (at theatre) kipindi cha mapumziko

into katika
I'm not into ... simo katika ...

introduce julisha
may I introduce ...? tafadhali nikujulishe na ...?

invitation mwaliko

invite alika

Ireland Ireland

Irish -a Kiairish
I'm Irish mimi ni Muairish

iron (for ironing) pasi
can you iron these for me? unaweza kunipigia pasi hizi?

is* ni

Islamic -a Kiislamu

island kisiwa

it i-
it is ... ni ...
is it ...? je ni ...?
where is it? iko wapi?
it's him ni yeye
it was ... ilikuwa ...

Italian (adj) -a Italia
(language) Kitaliana

Italy Italia

itch mwasho
it itches inawasha

J

jack (for car) jeki
jackal bweha
jacket jaketi
jam jamu, jemu
jammed: it's jammed
  imekwama
January Januari, mwezi wa
  kwanza (T)
jar (noun) gudulia
jaw taya
jazz jazi
jealous menye wivu
jeans jinzi
jellyfish kiwavi
jersey kitambaa cha sufu
jetty gati
jeweller's sonara
jewellery mapambo ya vito
Jewish -a Kiyahudi
job kazi
jogging: to go jogging kujogi
joke kichekesho
journey safari
  have a good journey! safari
  njema!
jug jagi
  a jug of water jagi la maji
juice juisi
July Julai, mwezi wa saba (T)
jump (verb) ruka
jumper sweta
jump leads waya za kuvutia
  umeme wa betri
junction makutano ya njia
June Juni, mwezi wa sita (T)
jungle msitu
just (only) tu

just two mbili tu
just for me kwa ajili yangu
  tu
just here hapa tu
not just now si sasa hivi
we've just arrived ndiyo
  kwanza tumewasili

K

keep weka
  keep the change chukua
  chenji iliyobakia
  can I keep it? naweza
  kuchukua?
  please keep it chukua
  tafadhali
Kenya Kenya
Kenyan (adj) -a Kenya
  (noun) Mkenya
ketchup kechapu
kettle birika
key ufunguo
  the key for room 201, please
  ufunguo wa chumba mia
  mbili na noja, tafadhali
keyring kipete cha ufunguo
kidneys mafigo
kill (verb) ua
kilo kilo
kilometre kilomita
  how many kilometres is it
  to ...? kilomita ngapi
  mpaka ...?
kind (generous) karimu
  that's very kind ni jamala
  sana

• • • • • • DIALOGUE • • • • • •

which kind do you want? unataka
aina gani?
I want this/that kind nataka aina
hii/hiyo

king mfalme
kiosk kiyoski
kiss (noun/verb) busu
kitchen jiko
Kleenex® tishu
knee goti
knickers chupi
knife kisu
knock (verb) gonga
knock down ponda
   he's been knocked down
   amepondwa
knock over angusha
know jua
   I don't know sijui
   I didn't know that sikujua
   hayo
   do you know where I can
   find ...? unajua mahali gani
   naweza kupata ...?

L

label kitambulisho
ladies' room, ladies' toilets choo
   cha wanawake
ladies' wear nguo za
   wanawake
lady bibi
lager laga
   see beer
lake ziwa
lamb (meat) nyama ya kondoo

lamp taa
lane (motorway) barabara
   (small road) njia
language lugha
language course masomo ya
   lugha
large kubwa
last -a mwisho
   last week wiki iliyopita
   last Friday Ijumaa iliyopita
   last night jana usiku
   what time is the last train to
   Tabora? treni ya mwisho
   kwenda Tabora ni wakati
   gani?
late chelewa
   sorry I'm late samahani
   nimechelewa
   the train was late treni
   ilichelewa
   we must go – we'll be late
   lazima twende – tutachelewa
   it's getting late wakati unazidi
   kupita
later baadaye
   I'll come back later nitarudi
   baadaye
   see you later nitaonana nawe
   baadaye
   later on baadaye
latest -a karibuni kabisa
   by Wednesday at the latest
   isichelewe zaidi ya
   Jumatano
laugh (verb) cheka
laundry (clothes) nguo za
   kufuliwa
   (place) kwa dobi

There are virtually no launderettes/laundromats in Kenya or Tanzania and it's usually simpler to wash your own clothes: you can buy packets of Omo soap powder, and things dry fast. Beware of New Blue Omo — it's very strong and wrecks clothes if you use it for long. Otherwise, there's often someone where you're staying who will be prepared to negotiate a laundry charge. Don't spread clothes on the ground to dry: they might be infested by tumbu fly, which lays its eggs in them for the larvae to hatch and burrow into your skin.

lavatory choo
law sheria
lawn uwanja wa majani mafupi
lawyer wakili
laxative haluli
lazy -vivu
lead (electrical) waya wa umeme
(verb) ongoza
  where does this lead to? hii inaongozea wapi?
leaf jani
leaflet karatasi yenye matangazo
leak (noun) mvujo
(verb) vuja
  the roof leaks paa linavuja
learn jifunza
least kidogo
  not in the least hata kidogo

at least angalau
leather (adj) -a ngozi
leave (verb) ondoka
  I am leaving tomorrow nitaondoka kesho
  he left yesterday aliondoka jana
  may I leave this here? naweza kuiwacha hapa?
  I left my coat in the bar nimewacha koti langu katika baa
  when does the bus for Voi leave? basi la kwenda Voi laondoka wakati gani?
left kushoto
  on the left, to the left kushoto
  turn left pinda kushoto
  there's none left hakuna kilichobakia
left-handed mwenye kutumia mkono wa kushoto
left luggage (office) ofisi ya kuweka mizigo
leg mguu
lemon limau
lemonade soda ya limau
lemon tea chai ya limau
lend azima
  will you lend me your ...? waweza kuniazima ...-ako?
lens lenzi
leopard chui
lesbian msagaji
less -dogo
  less than isiozidi
  less expensive isio ghali
lesson somo
let (allow) ruhusu

will you let me know?
utaniarifu?
I'll let you know nitakuarifu
let's go for something to eat
twende kula
let off acha
will you let me off at ...?
waweza kuniacha
nishuke ...?
letter barua
do you have any letters for
me? una barua zozote
zangu?
letterbox sanduku la barua
lettuce letis, saladi
lever wenzo
library maktaba
licence leseni
lid kifuniko
lie (verb: tell untruth) sema uongo
lie down lala
life maisha
lifebelt mkanda wa kujiokolea
lifeguard walinzi-okozi
life jacket jeketi-okozi
lift (in building) lifti
could you give me a lift?
waweza kunipa lifti?
would you like a lift? nikupe
lifti?
light (noun) taa
(not heavy) nyepesi
do you have a light? (for
cigarette) una kibiriti?
light green kijani hafifu
light bulb balbu
I need a new light bulb nataka
balbu mpya
lighter (cigarette) kibiriti

lightning umeme
like (verb) penda, taka
I like it naipenda
I like going for walks napenda
kwenda kutembea
I like you nakupenda
I don't like it siipendi
do you like ...? unapenda ...?
I'd like a beer nataka biya
I'd like to go swimming nataka
kwenda kuogelea
would you like a drink?
unataka kinywaji?
would you like to go for a
walk? unataka kwenda
kutembea?
what's it like? ni namna
gani?
I want one like this nataka
kama hii
lime ndimu
line (on paper) mstari
(phone) simu
could you give me an outside
line? waweza kunipa simu ya
nje?
lion simba
lips midomo
lip salve malhamu ya mdomo
lipstick rangi ya mdomo
liqueur mvinyo tamu sana
listen sikiliza
litre lita
a litre of white wine lita mjoa
ya mvinyo nyeupe
little kidogo
just a little, thanks kidogo tu,
asante
a little milk maziwa kidogo

a little bit more zaidi kidogo
live (verb) ishi
  we live together tunaishi
  pamoja

•••••• DIALOGUE ••••••

  where do you live? unaishi wapi?
  I live in London naishi London

lively -changamfu
liver (in body) ini
  (food) maini
loaf mkate
lobby (in hotel) ukumbi
lobster kamba
local mahali pa wenyeji
  can you recommend a local
  restaurant? unaona mkawaha
  gani bora mahali hapa?
lock (noun) kufuli
  (verb) funga
  it's locked imefungwa
lock in fungia ndani
lock out jifungia nje
  I've locked myself out
  nimejifungia nje ya mlango
locker (for luggage etc) kabati
lodge nyumba
lollipop lolipopu
London London
long -refu
  how long will it take to fix it?
  itachukua muda gani
  kutengeneza?
  how long does it take?
  inachua muda gani?
  a long time muda mrefu
- one day/two days longer siku
  moja/siku mbili zaidi
long-distance call simu ya

mbali
look: I'm just looking, thanks
  natazama tu, asante
  you don't look well yaonesha
  hali yako si nzuri
  look out! angalia!
  can I have a look? naweza
  kutazama?
look after tunza
look at tazama
look for tafuta
  I'm looking for ... natafuta ...
look forward to ngojea kwa
  hamu
  I'm looking forward to it
  naingojea kwa hamu
loose (handle etc) -liolegea
lorry lori
lose poteza
  I've lost my way nimepotea
  njia
  I'm lost, I want to get
  to ... nimepotea, nataka
  kwenda ...
  I've lost my bag nimepoteza
  begi langu
lost property (office) ofisi ya
  vitu vilivyopotea
lot: a lot, lots nyingi, wengi
  not a lot si nyingi
  a lot of people watu wengi
  a lot bigger kubwa zaidi
  I like it a lot naipenda sana
lotion losheni
loud -enye sauti kubwa
lounge ukumbi
love (noun) mapenzi
  (verb) penda
  I love Africa naipenda

Afrika
lovely -zuri
low -a chini
luck bahati
  good luck! bahati njema!
luggage mizigo
luggage trolley kigari cha
  mizigo
lump (on body) uvimbe
lunch chakula cha mchana
lungs mapafu
luxurious -a anasa
luxury anasa

M

machete panga
machine mashine
mad (insane) -enye wazimu
  (angry) -enye hamaki
Madagascar Madagaska
magazine gazeti
maid (in hotel) mtumishi wa
  kike
maiden name jina la ukoo
mail (noun) barua
  (verb) peleka kwa posta
  is there any mail for me? kuna
  barua zangu?
  see postal service
mailbox sanduku la barua
main muhimu
main course chakula muhimu
main post office posta kuu
main road (in town) barabara
  kuu
  (in country) njia kuu
make (brand name) chapa
  (verb) fanya

I make it four hundred shillings
ni shilingi mia nne
  what is it made of? imeundwa
  kwa kitu gani?
make-up vipodozi
malaria 'malaria'
malaria pills dawa ya 'malaria'
man mtu
manager meneja
  can I see the manager?
  naweza kuonana na meneja?
manageress meneja wa kike
mango embe
mango juice maji ya embe
manual (car with manual gears) ya
  mkono
many nyingi
  not many si nyingi
map ramani
  network map ramani ya njia

Tanzanian and Kenyan tourist
offices abroad tend to be thin on
useful maps and information,
but they are always worth
visiting if you are nearby. Try to
buy maps in advance abroad:
with the exception of the
inexpensive Kenya Survey
maps they're usually cheaper.

March Machi, mwezi wa
  tatu (T)
margarine majarini
market (noun) soko
marmalade mamaledi
married: I'm married (said by man/
  woman) nimeoa/nimeolewa
  are you married? (said to man/

woman) umeoa/umeolewa?
mascara wanja
mask kificha uso
match (football etc) mechi
matches kibiriti
material (fabric) kitambaa
matter: it doesn't matter
  haidhuru
  what's the matter? kuna
  nini?
mattress godoro
Mauritius Mauritius
May Mei, mwezi wa tano (T)
may: may I have another one?
  unaweza kunipa nyingine?
  may I come in? naweza
  kuingia?
  may I see it? naweza
  kuiona?
  may I sit here? naweza kukaa
  hapa?
maybe labda
mayonnaise mayonezi
me* mimi
  that's for me hiyo ni yangu
  send it to me niletee
  me too mimi pia
meal chakula

•••••• DIALOGUE ••••••
did you enjoy your meal?
umekipenda chakula?
it was excellent, thank you kizuri
sana, asante

mean (verb) maanisha
  what do you mean?
  unamaanisha nini?

•••••• DIALOGUE ••••••
what does this word mean? neno
hili maana yake nini?
it means ... in English maana
yake ... kwa Kiingereza

measles surua
  German measles surua ya
  madoa mekundu
meat nyama
mechanic makanika
medicine dawa
medium (adj: size) wastani
medium-dry isiyo tamu sana
medium-rare isiyopikika sana
medium-sized -a wastani
meet kutana
  nice to meet you nimefurahi
  kukutana nawe
  where shall I meet you?
  nitakutanan nawe wapi?
meeting mkutano
meeting place mahali pa
  kukutania
melon tikiti
men watu
mend tengeneza
  could you mend this for me?
  waweza kunitengezea hii?
men's room choo cha
  wanaume, msalani (T)
menswear nguo za kiume
mention (verb) taja
  don't mention it si kitu
menu menyu
  may I see the menu, please?
  naweza kuona menyu,
  tafadhali?
  see menu reader page 175

message agizo
are there any messages for me? kuna maagizo yangu yoyote?
I want to leave a message for ... nataka kuwacha maagizo kwa ...
metal (noun) maadini
metre mita
midday adhuhuri
at midday adhuhuri
middle kati
in the middle katikati
in the middle of the night kati ya usiku
the middle one -a kati
midnight saa sita ya usiku
at midnight saa sita ya usiku
might: I might pengine nitaweza
I might not pengine sitaweza
I might want to stay another day huenda nikataka kukaa siku moja zaidi
migraine maumivu ya kichwa
mild (taste) sio kali
(weather) sio baridi sana
mile maili
milk maziwa
millimetre milimita
minced meat minsi
mind: never mind usijali
I've changed my mind nimebadili nia yangu

•••••• DIALOGUE ••••••

do you mind if I open the window? itakuudhi nikifungua dirisha?
no, I don't mind la, hainiudhi

mine* yangu
it's mine ni yangu
mineral water maji ya soda
minibus basi dogo
mints peremende
minute dakika
in a minute punde hivi
just a minute ngoja kidogo
mirror kioo
Miss Bi, Bibi
miss: I missed the bus nimelikosa basi
missing -mepotea
one of my ... is missing mmoja kati ya ... -angu -mepotea
there's a suitcase missing begi moja limepotea
mist umande
mistake (noun) kosa
I think there's a mistake nafikiri kuna makosa
sorry, I've made a mistake samahani, nimekosa
misunderstanding kutoelewana
mix-up matatanisho
sorry, there's been a mix-up samahani, kumetokea matatanisho
mobile phone simu ya upepo
modern -a kisasa
moisturizer krimu ya kunyesea ngozi
moment punde
I won't be a moment nitarudi punde hivi
Monday Jumatatu
money pesa

Kenya, Tanzania and Uganda all have shillings as their currency, a colonial legacy, now worth a small fraction of their original value and of little value abroad. The currencies of other countries in the Swahili-speaking area are also weak. Most are subject to import-export controls, so you will normally only be able to change money after arrival.

mongoose nguchiro
monkey tumbili
month mwezi
monument jengo la ukumbusho
moon mwezi
moped pikipiki ndogo
more* zaidi
  can I have some more water, please? waweza kunioneza maji kidogo, tafadhali?
  more expensive ghali sana
  more interesting yavutia sana
  more than 50 zaidi ya hamsini
  more than that zaidi ya hiyo
  a lot more nyingi

•••••• DIALOGUE ••••••

would you like some more?
unataka zaidi?
no, no more for me, thanks
hapana, sihitaji zaidi, asante
how about you? na wewe je?
I don't want any more, thanks
sihitaji zaidi, asante

morning asubuhi
  this morning leo asubuhi
  in the morning asubuhi
mosque msikiti
mosquito mbu
mosquito coil dawa ya mbu
mosquito net chandarua
mosquito repellent dawa ya kufukuza mbu
most* -ingi
  most interesting yavutia sana
  I like this one most of all napenda hii kuliko zote
  most of the time karibu wakati wote
  most tourists watalii wengi
mostly kwa kawaida
mother mama
mother-in-law mama mkwe
motorbike pikipiki
motorboat motaboti
motorway barabara
mountain mlima
  in the mountains milimani
mountaineering kupanda milima
mouse panya
moustache masharubu
mouth mdomo
move (verb) hama
  he's moved to another room amehamia chumba kingine
  could you move your car? waweza kuondoa gari lako?
  could you move up a little? waweza kusogea huko kidogo?
  where has it moved to? imehamishiwa wapi?

movie filamu
movie theater sinema
Mozambique Msumbiji
Mr Bwana
Mrs Bibi
Ms Bi, Bibi
much -ingi
  much better afadhali sana
  much worse mbaya sana
  much hotter joto sana
  not much si nyingi
  not very much si nyingi sana
  I don't want very much sitaki
  nyingi sana
mud tope
mug (for drinking) kikombe
  kikubwa
  I've been mugged nimeibiwa
  kwa nguvu
mum mama
mumps matumbwitumbwi
museum jumba la
  makumbusho
  see opening hours
mushrooms uyoga
music muziki
musician mwanamuziki
Muslim (adj) -a Kiislamu
mussels kome
must*: I must inanibidi
  I mustn't drink alcohol
  inanibidi kutokunywa
  pombe
mustard haradali
my* yangu
myself mwenyewe
  I'll do it myself nitafanya
  mimi mwenyewe
  by myself peke yangu

N

nail (finger) ukucha
  (metal) msumari
nail varnish rangi ya kucha
name jina
  my name's John jina langu
  John
  what's your name? jina lako
  nani?
  what is the name of this
  street? njia hii inaitwaje?

You will come across a wide
variety of names in Kenya and
Tanzania, depending on the
ethnic origins of the person
concerned. On the coast, the
Arabic style is commonly used,
for example: Omar bin Salim
(Omar son of Salim), Fatma
binti Said (Fatma daughter of
Said). Upcountry names are
more often Christianized, for
example: Gideon Kariuki, Rose
Nandwa.

napkin 'napkin'
nappy nepi
narrow (street) -embamba
nasty mbaya
national -a kitaifa
nationality uraia
national park mbuga ya taifa
natural -a kawaida
nausea kichefuchefu
navy (blue) buluu
near karibu
  is it near the city centre? ni

karibu na katikati ya mji?
do you go near the tourist
office? unakwenda karibu na
ofisi ya utalii?
where is the nearest ...? ... -a
karibu sana iko wapi?
nearby karibu na
nearly karibu
necessary lazima
neck shingo
necklace kidani
necktie tai
need: I need ... nahitaji ...
do I need to pay? inanibidi
kulipa?
needle sindano
negative (film) negativu
neither: neither (one) of them si
yoyote kati yao
neither ... nor ... si ... wala ...
nephew mpwa wa kiume
net (in sport) wavu
Netherlands Uholanzi
never kamwe

•••••• DIALOGUE ••••••

have you ever been to Zanzibar?
umepata kufika Zanzibar?
no, never, I've never been there
hapana, sijapata kufika huko
kamwe

new mpya
news (radio, TV etc) habari
newsagent's duka la magazeti
newspaper gazeti
newspaper kiosk kibanda cha
kuuzia magazeti
New Year Mwaka Mpya
Happy New Year! furaha ya

Mwaka Mpya!
New Year's Eve mkesha wa
Mwaka Mpya
New Zealand Nyuziland
New Zealander: I'm a New
Zealander mimi ni
Mnyuziland
next -ingine
the next turning/street on the
left kona/njia ijayo kushoto
at the next stop kwenye kituo
kijacho
next week wiki ijayo
next to karibu na
I'll tell you next time
nitakwambia wakati
mwingine
nice (food) kizuri
(looks, view etc) nzuri
(person) mzuri
niece mpwa wa kike
night usiku
at night wakati wa usiku
good night lala salama

•••••• DIALOGUE ••••••

do you have a single room for one
night? una chumba kimoja kwa
usiku mmoja?
yes, madam ndiyo, Bibi
how much is it per night? bei gani
kila usiku?
it's 30,000 shillings for one night
shilingi thalathini elfu kila usiku
thank you, I'll take it asante,
nakubali

nightclub klabu ya burudani
nightdress vazi la kulalia
night porter bawabu

no hapana
  (on the coast) la
  I've no change sina chenji
  there's no ... left
  hakuna ... iliyobakia
  no way! haiwezekani kabisa!
  oh no! (upset) lahaula!
nobody hakuna mtu
  there's nobody there hakuna
  mtu kule
noise kelele
noisy -a kelele
  it's too noisy kuna kelele nyingi
non-alcoholic isio ya kileo
none hapana kitu
non-smoking compartment
  behewa la wasiovuta sigara
noon adhuhuri
  at noon adhuhuri
no-one hakuna mtu
nor: nor do I wala si mimi
normal -a kawaida
north kaskazini
  in the north kaskazini
  to the north upande wa
  kaskazini
  north of Zanzibar kaskazini ya
  Zanzibar
northeast kaskazini mashariki
northern -a kaskazini
Northern Ireland 'Ireland' ya
  Kaskazini
northwest kaskazini magharibi
Norway 'Norway'
Norwegian (adj) -a Kinorway
nose pua
not* siyo
  no, I'm not hungry hapana,
  sina njaa

I don't want any, thank you
sitaki yoyote, asante
it's not necessary si lazima
I didn't know that sikujua hayo
not that one – this one siyo
hiyo – ni hii
note (banknote) noti
notebook daftari
notepaper (for letters) karatasi
  ya kuandikia
nothing hakuna kitu
  nothing for me, thanks sihitaji
  kitu, asante
  nothing else hakuna zaidi
novel mpya
November Novemba, mwezi wa
  kumi na moja (T)
now sasa
number namba
  (figure) tarakimu
  I've got the wrong number
  nimekosea namba
  what is your phone number?
  namba yako ya simu ni ipi?
number plate bamba la namba
  ya gari
nurse (man/woman) muuguzi
  (woman) nesi
nuts njugu

O

occupied (toilet, telephone)
  inatumika
o'clock* saa
October Oktoba, mwezi wa
  kumi (T)
odd (strange) -geni
of* ya

off (lights) zimika
it's just off Mnazi Mmoja
Square ni karibu na uwanja
wa Mnazi Mmoja
we're off tomorrow
tutaondoka kesho
offensive (language, behaviour) -a
kuchukiza
office (place of work) ofisi
officer (said to policeman) ofisa
often mara nyingi
not often si mara nyingi
how often are the buses?
mabasi huenda mara ngapi?
oil (for car, for salad) mafuta
ointment malhamu
OK sawa
are you OK? uko sawa?
is that OK with you? hivyo ni
sawa kwako?
is it OK to ...? ni sawa ku ...?
that's OK, thanks ni sawa tu,
asante
I'm OK (nothing for me)
nimetosheka
(I feel OK) niko sawa
is this train OK for ...? treni hii
inakwenda ...?
I said I'm sorry, OK? nimesema
samahani, sawa?
old (person) mzee
(thing) kuukuu

•••••• DIALOGUE ••••••

how old are you? una umri gani?
I'm 25 ni miaka ishirini na tano
and you? na wewe je?

old-fashioned -a zamani
old town (old part of town) mji wa

kale (K), mji mkongwe (T)
in the old town katika mji wa
kale
omelette kiwanda
on* juu ya
on the table juu ya meza
on the street/beach njiani/
pwani
is it on this road? ni kwenye
njia hii?
on the plane katika ndege
on Saturday Jumamosi
on television kwenye
televisheni
I haven't got it on me sinayo
this one's on me (drink)
nitalipia mimi hii
the light wasn't on taa ilikuwa
haijawashwa
what's on tonight? kuna nini
leo usiku?
once (one time) mara moja
at once (immediately) bila
kuchelewa
one* moja
the white one hiyo nyeupe
one-way ticket tikiti ya kwenda
tu
a one-way ticket to ... tikiti ya
kwenda tu ...
onion kitunguu
only tu
only one moja tu
it's only 6 o'clock ni saa kumi
na mbili tu sasa
I've only just got here
nimefika sasa hivi tu
on/off switch swichi
open (adj) wazi

(verb: door) fungua
(of shop) liko wazi
when do you open?
unafungua saa ngapi?
I can't get it open siwezi
kufungua
in the open air nje
opening hours wakati wa
kufungua

In larger towns, the major stores
and tourist services will be open
from 8am to 5 or 6pm; offices
and museums are open at simi-
lar times, though offices will
often break for lunch. Banks
and post offices are generally
open Monday to Friday and
sometimes Saturday mornings.
In rural areas and out in the
bush, small shops can be open
at almost any hour, and may
double as **hotelis** (cafés) or **chai**
(tea) kiosks.

---

open ticket tikiti itumikayo
baadaye
operation (medical) operesheni
operator (telephone) opereta
see **directory enquiries**
opposite mkabala
opposite my hotel mkabala na
hoteli yangu
the opposite direction upande
unaokabilina na mwingine
the bar opposite baa
inayokabili
optician muuza miwani
or au

orange (fruit) chungwa
(colour) rangi ya mchungwa
fizzy orange soda ya
machungwa
orange cordial kinywaji cha
machungwa
orange juice maji ya
machungwa
orchestra okestra
order (verb: in restaurant) agiza
can we order now? twaweza
kuagizisha chakula sasa?
I've already ordered, thanks
nimekwisha agizisha, asante
I didn't order this sikuagiza
hiki
out of order imeharibika
ordinary -a kawaida
other -ingine
the other one hiyo nyingine
the other day hivi karibuni
I'm waiting for the others
nawangojea wengine
do you have any others? una
nyingine?
otherwise vinginevyo
our* yetu
ours* yetu
out: he's out ametoka
three kilometres out of town
kilomita tatu nje ya mji
outdoors -a nje
outside nje
can we sit outside? twaweza
kukaa nje?
oven oveni, joko
over: over here huku
over there kule
over 500 zaidi ya mia tano

it's over imemalizika

overcharge: you've overcharged
me umenitoza zaidi

overcoat koti kubwa

overland mail barua zitumwazo
kikawaida

overnight (travel) usiku kucha

overtake pita

owe daiwa
how much do I owe you?
nikulipe kiasi gani?

own: my own ... ... -angu
mwenyewe
are you on your own? uko
peke yako?
I'm on my own ni peke yangu

owner mmilikaji

P

pack (verb) funga pamoja
a pack of ... kifurushi cha ...

package (parcel) kifurushi

package holiday safari ya
mpango wa jumla

packet pakiti
a packet of cigarettes pakiti ya
sigara

page (of book) ukurasa
could you page Mr ...?
waweza kumwita Bwana ...?

pain maumivu
I have a pain here nahisi
maumivu hapa

painful -enye kuumiza

painkillers dawa ya maumivu

paint (noun) rangi

painting picha ya kuchora

pair: a pair of ... jozi ya ...

Pakistani (adj) -a Kipakistani

palace jumba la mfalme

pale hafifu

palm tree mchikichi

pan sufuria

panties chupi

pants (underwear) chupi
(US) suruali

pantyhose soksi ndefu

papaya papai

paper karatasi
(newspaper) gazeti
a piece of paper kipande cha
karatasi

paper handkerchiefs hankachifu
ya karatasi

parcel kifurushi

pardon (me)? (didn't understand/
hear) samahani?

parents wazazi

parents-in-law wakwe

park (noun) bustani
(verb) egesha
can I park here? naweza
kugesha gari hapa?

parking lot maegesho ya
magari

part (noun) sehemu

partner (boyfriend, girlfriend etc)
mwenzi

party (group) chama
(celebration) tafrija

pass (in mountains) njia

passenger abiria

passport pasipoti

past*: in the past hapo zamani
just past the information office
ukishaipita tu ofisi ya habari

path njia

pattern sampuli
pavement 'pavement'
  on the pavement kwenye
  'pavement'
pay (verb) lipa
  can I pay, please? naweza
  kulipa, tafadhali?
  it's already paid for
  imeshalipiwa

•••••• DIALOGUE ••••••

who's paying? nani atalipa?
I'll pay mimi nitalipa
no, you paid last time, I'll pay
hapana, ulilipa mara ya mwisho,
nitalipa sasa

payphone kibanda cha simu
peaceful -a amani
peach pichi
peanuts njugu
pear (fruit) pea
peas njegere
peculiar (taste, custom) geni
peg (for washing) kibanio
  (for tent) kigingi
pen kalamu
pencil penseli
penfriend rafiki kwa barua
penicillin penisilini
penknife kisu cha kukunja
pensioner mpokeaji pensheni
people watu
  the other people in the hotel
  watu wengine katika hoteli
  too many people watu wengi
  sana
pepper (spice, vegetable) pilipili
  black pepper pilipili manga
peppermint (sweet) peremende

per: per night kila usiku
  how much per day? kiasi gani
  kila siku?
  per cent asilimia
perfect kamilifu
perfume manukato
perhaps labda
  perhaps not labda sivyo
period (of time) muda
  (menstruation) kuingia hedhi,
  kuingia mwezi
permit (noun) kibali
person mtu
personal stereo 'stereo' ya
  binafsi
petrol petroli

It's not difficult to run out of
petrol, so keep topping up. All
towns and villages (except the
very smallest) have petrol for
sale, but if you're intending to
do a lot of driving in a remote
area you should definitely carry
spare fuel in cans, especially in
Tanzania, where distances can
be vast between towns.

petrol can kopo la petroli
petrol station kituo cha petroli
pharmacy duka la dawa
phone (noun) simu
  (verb) kupiga simu

The local phone services in
Kenya and Tanzania are gener-
ally dependable and inexpen-
sive, though outside the big
towns you can spend a long
→

time waiting for a connection or passing the time of day with the operator. To make local phone calls from a call box, you need a good handful of shillings. When you pick up any payphone in Kenya you'll hear a sustained tone and, in the background, a series of beeps. After five beeps you dial. Use the area code or dial 900 for the operator. In Tanzania the engaged tone is a high-pitched interrupted continuous tone, and the dialling tone is a continuous purring tone, while a high-pitched continuous tone means there is no service for the number. For the operator in Kenya, dial 900; for Tanzania, dial 900 or 991.

In both Kenya and Tanzania, you can phone from post offices; opening hours are usually 8am–5pm on weekdays; larger ones are open on Saturday mornings. Otherwise, you can usually phone from large hotels, but you'll pay up to twice the price for this facility.

The easiest and most economical way to make an international call from Kenya is to dial direct from a cardphone (found outside Extelcoms in Nairobi and outside post offices in most large towns). The prepaid, credit card-sized plastic →

phonecards used in them can in theory be bought at newsstands as well as at post offices. Cardphones are also useful for using a charge card from your own telephone company (they don't take ordinary credit cards).

In the absence of a cardphone it's possible to make operator-assisted international calls from a main post office. When you ask for a station-to-station connection, you prepay for a specified number of minutes (minimum of three) and you get your money back if you fail to get through, but not if the conversation ends up taking less time than you expected, for example if you get through to an answerphone. If you want more minutes you have to specify how many – all very user-unfriendly. For person-to-person calls, where you specify a name, there's a supplementary charge equivalent to two minutes and a small charge if the person isn't in. International reverse-charge (collect) calls can be made in Kenya, but not in Tanzania; they cannot be made from call boxes.

phone book kitabu cha simu
phone box kibanda cha simu
phonecard kadi ya simu
phone number namba ya simu
photo picha

ENGLISH ◆ SWAHILI | Ph

excuse me, could you take a photo of us? samahani, waweza kutupiga picha?
please can we take a photo of you? tunaweza kukupiga picha, tafadhali?

When photographing people, you should accept that some kind of interaction and exchange are warranted. Taking the subject's name and address and sending a print when you get home is an option that some people prefer, but it is decreasingly popular with subjects who look on the photo call as work and have fixed the rates they're prepared to accept. Blithely aiming at strangers is arrogant; it won't make you any friends and it may well get you into trouble.

On the subject of sensitivity, it's a bad idea to take pictures of anything that could be construed as strategic, including any military or police building, prisons, airports, harbours, bridges, official residencies and the President.

phrasebook kitabu cha maelezo ya lugha
pickpocket mwizi mchomoa mifuko
pick up: will you be there to pick me up? utakuwako huko ili kunichukua?

picnic mandari
picture picha
pie (meat) pai
  (fruit) andazi
piece kipande
  a piece of ... kipande cha ...
pig nguruwe
pill kidonge cha kuzuia mimba
  I'm on the pill natumia vidonge vya kuzuia mimba
pillow mto
pillow case foronya
pin (noun) pini
pineapple nanasi
pineapple juice maji ya nanasi
pink rangi ya waridi
pipe (for smoking) kiko
  (for water) bomba
pity: it's a pity inasikitisha
pizza piza
place (noun) mahali
  at your place kwako
  at his place kwake

place names
A problem with East African place names is the vague use of names to denote a whole district and, at the same time, its nucleus, be it a small town, a village, or just a cluster of corrugated iron shops and bars. Sometimes there'll be two such focuses. They often move in a matter of a few years, so what looks like a junction town on the map turns out to be away from the road, or in a different place →

altogether. Ask for the 'shopping centre' ('**penye maduka ni wapi?**', literally: 'where is the place with the shops?'), and you'll usually find the local hive of activity and the place with the name you were looking for.

plain (not patterned) isio na marembo
plane ndege, eropleni
  by plane kwa ndege
plant mmea
plantation shamba
plasters plasta
plastic plastiki
  (credit cards) kadi ya malipio
plastic bag begi la plastiki
plate sahani
platform pletfomu, jukwaa
  which platform is it for Kisumu?
  pletfomu gani kwa treni ya Kisumu?
play (verb) cheza
  (noun: in theatre) mchezo
playground kiwanja cha michezo
pleasant -a kupendeza
please tafadhali
  yes, please ndiyo, tafadhali
  could you please ...?
  tafadhali, waweza ...?
  please don't tafadhali usifanye
pleased furahika
  pleased to meet you
  nimefurahi kuonana nawe
pleasure: my pleasure ni furaha yangu

plenty: plenty of ... ... nyingi sana
  there's plenty of time tuna wakati mwingi
  that's plenty, thanks inatosha sana, asante
plug (electrical, for car) plagi
  (in sink) kizibo
plumber fundi wa mifereji
pm*
poached egg yai la kutokosa
pocket mfuko
point: two point five mbili nukta tano
  there's no point hakuna sababu
points (in car) pointi za distributa
poisonous -enye sumu
police polisi
  call the police! mwite polisi!

Throughout Kenya and Tanzania, dial 999 for the police, except in Dar es Salaam, where the number is 995. They usually take ages to arrive.
In unofficial dealings, the police, especially in remote areas, can go out of their way to help you with food, transport or accommodation. Try to reciprocate. Police salaries are low and they rely on unofficial income to get by. Common ways of exciting police interest are infringement of currency laws and drug possession, either of which will land you a large fine and depor- →

tation at least – don't expect to buy yourself out of this kind of trouble.

Driving offences are less serious, though being stopped at the fairly frequent road checkpoints is becoming increasingly common. It's worth knowing that some forces have speed-trap radar equipment which they set up outside towns: drive with caution as speed limits are often vague.

If stopped for speeding, don't reach into your purse: apologize, agree that it's a pity you will have to go to court, and wait to be sent on your way with a caution (court appearances are just work for all concerned). It's worth knowing that you may be asked to produce evidence that your rented car has a PSV licence as a 'passenger service vehicle'. You should have a windscreen sticker for this and you're strongly advised to check it out with the company before you leave.

policeman polisi
police station stesheni ya polisi
policewoman polisi wa kike
polite pole
polluted chafuka
pony farasi mdogo
pool (for swimming) bwawa
poor (not rich) masikini
(quality) hafifu

pop music muziki wa kisasa
pop singer mwimbaji wa kisasa
popular ipendwayo na wengi
porcupine nungu
pork nyama ya nguruwe
port (for boats) bandari
porter (in hotel) bawabu
portrait picha
posh -a anasa
possible yawezekana
is it possible to ...?
yawezekana ku ...?
as ... as possible
kwa ... iwezekanavyo
post (noun: mail) barua
(verb) tia posta
could you post this for me?
waweza kunitilia posta?

---

postal service
Stamps can be bought only at post offices and large hotels. There are main post offices in all the towns and sub-post offices throughout the rural areas. Prepaid aerograms are the cheapest way of writing home, but they tend to sell out quickly. If you want speedy delivery to addresses abroad, pay a little extra for express. Post office opening hours are usually 8am–5pm on weekdays; larger ones are open on Saturday mornings. There is no home delivery service: mail is usually collected by addressees from their private P.O. boxes.
Mail takes a few days to Europe →

and perhaps ten days to North America, Australia and New Zealand; times from these places to East Africa are slightly longer. Poste restante is free, and fairly reliable in Nairobi, Mombasa, Malindi, Lamu, Arusha, Dar and Zanzibar. Have your family name marked clearly, but look under any combination of initials and be ready to show your passport. Smaller post offices will also hold mail but your correspondent should mark the letter 'To Be Collected'. Parcels can be received too, but expect to haggle over import-duty payments when they're opened.

Larger post offices have fax machines – or you can use a private fax bureau, where the rate will sometimes be cheaper. Charges for receiving faxes, however, are nominal.

postbox sanduku la posta
postcard postikadi
postcode postkodi
poster bango la tangazo
poste restante penye barua za wapokezi
post office posta
potato kiazi, mbatata
potato chips (US) krispu
pots and pans vyombo vya kupikia
pottery (objects) vyombo vya udongo

pound (money) pauni
(weight) ratili
power cut kukatika kwa umeme
power point soketi
practise zoeza
I want to practise my Swahili nataka kujizoeza kutumia Kiswahili
prawns kamba
prefer penda zaidi
I prefer ... napenda zaidi ...
pregnant mwenye mimba
prescription (for medicine) cheti cha kupatia dawa
present (gift) zawadi
president (of country) rais
pretty nzuri
it's pretty expensive ni ghali sana
price bei
priest kasisi
prime minister waziri mkuu
printed matter vitu vilivyochapishwa
prison jela
private -a binafsi
private bathroom bafu la binafsi
probably labda
problem tatizo
no problem! hakuna tatizo!
program(me) (noun) programu
promise: I promise naahidi
pronounce: how is this pronounced? inatamkwaje hii?
properly (repaired, locked etc) vizuri
protection factor (of suntan lotion)

kinga
Protestant Mprotestanati
public convenience choo
public holiday likizo la kitaifa

Public holidays, when all official doors are closed, are:

1 January (New Year's Day)
12 January (Zanzibar Revolution Day)(T)
Good Friday
Easter Monday
26 April (Union Day) (T)
1 May (Labour Day)
1 June (Madaraka Day, celebrating the granting of self-government in 1960) (K)
8 August (Peasant's Day) (T)
10 October (Moi Day) (K)
20 October (Kenyatta Day, the anniversary of Kenyatta's imprisonment) (K)
9 December (Independence Day) (T)
12 December (Jamhuri Day, or Independence Day) (K)
Christmas Day
Boxing Day

---

pudding (dessert) pudin
pull vuta
pullover sweta
puncture (noun) pancha
purple rangi ya zambarau
purse (for money) pochi
  (US: bag) mkoba
push sukuma
put weka
  where can I put ...? niweke

wapi ...?
could you put us up for the night? waweza kutupa malazi kwa usiku huu?
pyjamas pajama

Q

quality sifa
quarantine karantini
quarter robo
quayside: on the quayside upande wa gatini
question swali
queue (noun) mlolongo
quick haraka
  be quick fanya haraka
  that was quick umefanya upesi
  what's the quickest way there? njia gani ya kufika upesi kule?
  fancy a quick drink? unataka kinywaji kidogo?
quickly upesi
quiet (place, hotel) kimya
  quiet! nyamaza!
quite (fairly) kiasi
  (very) kabisa
  that's quite right sawa kabisa
  quite a lot nyingi

R

rabbit sungura
race (for runners, cars)
  mashindano ya mbio
racket (tennis, squash) raketi
radiator redieta

radio redio
  on the radio kwenye redio
rafting kuendesha chelezo
rail: by rail kwa reli
railway njia ya reli
rain (noun) mvua
  in the rain katika mvua
  it's raining mvua inanyesha
raincoat koti la mvua
rainy season majira ya mvua
rape (noun) kunajisi
rare (uncommon) isiyo ya
  kawaida
  (steak) isiyopikika sana
rash (on skin) upele
raspberry rasiberi
rat panya
rate (for changing money) kiasi
rather kidogo
  it's rather good ni nzuri
  kidogo
  I'd rather ... ningependa ...
razor wembe
  (electric) mashini ya kunyolea
razor blades nyembe
read soma
ready tayari
  are you ready? uko tayari?
  I'm not ready yet si tayari
  bado

•••••• DIALOGUE ••••••

  when will it be ready? itakuwa
  tayari wakati gani?
  it should be ready in a couple of
  days itakuwa tayari mnamo siku
  chache hivi

real halisi
really kwa kweli

I'm really sorry nasikitika sana
that's really great nzuri sana
really? (doubt) ati kweli?
  (polite interest) ni kweli?
rear lights taa za nyuma
rearview mirror kioo cha
  kutazamia nyuma
reasonable (prices etc) -a kiasi
receipt risiti
recently hivi karibuni
reception (in hotel) mapokezi
  (for guests) mapokezi ya
  wageni
  at reception kwenye
  mapokezi
reception desk sehemu ya
  mapokezi
receptionist mpokea wageni
recognize tambua
recommend shauri
  could you recommend ...?
  wawcza kunishauri
  kuhusu ...?
record (music) rikodi
red -ekundu
red wine mvinyo nyekundu
refund (noun) kurejeshewa pesa
  can I have a refund? naweza
  kurejeshewa pesa?
region mkoa
registered: by registered mail
  kwa rejesta
registration number namba ya
  kusajiliwa
relative (noun) jamaa
religion dini
remember kumbuka
  I don't remember sikumbuki
  I remember nakumbuka

do you remember? unakumbuka?
rent (noun/verb) kodi
for rent ya kukodisha

•••••• DIALOGUE ••••••

I'd like to rent a car nataka kukodi gari
for how long? kwa muda gani?
two days siku mbili
this is our range magari yetu ni ya aina hii
I'll take the … nitachukua …
is that with unlimited mileage? hii ni bila ya kikomo cha maili?
it is ndiyo
can I see your licence please? naweza kuona leseni yako, tafadhali?
and your passport na pasipoti yako
is insurance included? ni pamoja na bima?
yes, but you pay the first 50,000 shillings ndiyo, lakini utalipa shilingi hamsini elfu kwanza
can you leave a deposit of 70,000 shillings? unaweza kuweka rubuni ya shilingi sabini elfu?

rented car gari la kukodi
repair (verb) tengeneza
can you repair it? unaweza kuitengeneza?
repeat sema tena
could you repeat that? waweza kusema tena?
reservation kuwekesha
I'd like to make a reservation nataka kuwekesha chumba

•••••• DIALOGUE ••••••

I have a reservation niliwekesha chumba
yes sir, what name please? ndiyo Bwana, jina gani, tafadhali?

reserve (noun: for wildlife) mbuga ya wanyama
(verb) wekesha

•••••• DIALOGUE ••••••

can I reserve a table for tonight? naweza kuwekesha meza kwa leo usiku?
yes madam, for how many people? ndiyo Bibi, kwa watu wangapi?
for two kwa watu wawili
and for what time? kwa wakati gani?
for eight o'clock saa mbili
and could I have your name please? jina lako ni nani, tafadhali?
see alphabet for spelling

rest (verb) pumzika
I need a rest nahitaji kupumzika
the rest of the group wengine katika kikundi
restaurant mkahawa
restaurant car behewa la chakula
rest room choo (K), msalani (T)
retired mstaafu
I'm retired nimestaafu
return (verb) rudi
a return to … tikiti ya kwenda na kurejea …
return ticket tikiti ya kwenda na

kurejea
see **ticket**
reverse charge call malipo kwa
mpigiwa simu
reverse gear gia ya kurudishia
nyuma
revolting yachukiza
rhinoceros kifaru
rib ubavu
rice (uncooked) mchele
(cooked) wali
rich (person) tajiri
(food) enye utamu
ridiculous -a kuchekwa
riding kupanda
right (correct) sawa
(not left) kulia
you were right uliyosema ni
kweli
that's right ni kweli
this can't be right haiwezi
kuwa kweli
right! sawa!
is this the right road for ...? hii
ndiyo njia ya kwenda ...?
on the right upande wa kulia
to the right kuelekea kulia
turn right pinda kulia
right-hand drive yenye usukani
upane wa kulia
ring (on finger) pete
I'll ring you nitakupigia simu
ring back rejeshea kupigia
simu
ripe (fruit) wiva
rip-off: it's a rip-off ni wizi
mtupu
rip-off prices bei kubwa ya
udanganyifu

risky -a hatari
river mto
road njia
is this the road for ...? hii
ndiyo njia ya kwenda ...?
down the road njiani
road accident ajali ya
barabarani
road map ramani ya njia
rob ibia
I've been robbed nimeibiwa
vitu
rock jabali (music) roki
on the rocks (with ice) pamoja
na barafu
roll (bread) mkate
roof paa
roof rack chanja ya gari
room chumba
in my room katika chumba
changu

•••••• DIALOGUE ••••••

do you have any rooms? una
nafasi ya vyumba?
for how many people? kwa watu
wangapi?
for one/for two kwa mmoja/
wawili
yes, we have rooms free ndiyo,
tuna nafasi ya vyumba
for how many nights will it be?
itakuwa kwa siku ngapi?
just for one night kwa usiku
mmoja tu
how much is it? ni bei gani?
... with bathroom and ... without
bathroom ... chenye bafu
na ... bila ya bafu
can I see a room with bathroom?

naweza kukiona chumba
chenye bafu?
OK, I'll take it sawa, nakitaka

room service huduma ya
vyumbani
rope kamba
rosé (wine) mvinyo ya 'rosé'
roughly (approximately)
takriban
round: it's my round ni zamu
yangu
round-trip ticket tikiti ya
kwenda na kurejea
a round-trip ticket to ... tikiti
ya kwenda na kurejea ...
route njia
what's the best route? ni njia
gani bora?
rubber (material) mpira
(eraser) raba
rubber band elastiki
rubbish (waste) takataka
(poor-quality goods) ghafi
rubbish! (nonsense) upuuzi!
rucksack shanta
rude jeuri
ruins magofu
rum ramu
rum and Coke® ramu na
kokakola
run (verb: person) kimbia
how often do the buses run?
mabasi yanakwenda mara
ngapi?
I've run out of money
nimeishiwa na pesa

S

sad -a huzuni
saddle (for horse) tandiko
(for bike) kibao
safari safari
air safari safari kwa ndege
balloon safari safari kwa
baluni
camel safari safari kwa
ngamia
camping safari safari ya
makao kambini
minibus safari safari kwa basi
dogo

It is relatively unusual to be able
to visit a national park using
local transport. Parks located
close to large towns can in some
instances be feasibly visited by
taxi for a few hours. In a few
notable cases it is also possible
to hike into those national
parks, where large predators are
uncommon. For the big, and
more remote, parks, however,
there are normally two options:
self-driving, either with or with-
out a ranger picked up at the
entrance gate; or booking on an
organized safari from the near-
est city. Unless you are in a
group, you will generally save
money on an organized trip.
Accommodation can be in
lodges, tented camps or do-it-
yourself camping at approved
sites.

safe (not in danger) salama
  (not dangerous) -siodhuru
safety pin pini
sail (noun) tanga
sailboard (noun) bao lenye
  tanga
sailboarding kupanda bao
  lenye tanga
salad saladi
salad dressing viungo vya
  saladi
sale: for sale inauzwa
salmon samon
salt chumvi
same: the same kama
  the same as this kama hii
  the same again, please kama
  ile tena, tafadhali
  it's all the same to me ni
  mamoja kwangu
sand mchanga
sandals viatu vya ndara
sandwich sadwichi
sanitary napkins/towels
  milembe
sardines sadini
Saturday Jumamosi
sauce sosi
saucepan sufuria
saucer kisahani
sauna sauna
sausage soseji
say (verb) sema
  how do you say ... in Swahili?
  unasemaje ... kwa Kiswahili?
  what did he say? alisema
  nini?
  she said ... alisema ...
  could you say that again?

  waweza kusema tena hayo?
scarf skafu
scenery mandhari
schedule (US) ratiba
scheduled flight safari kwa
  ndege ya ratiba
school skuli (K), shule (T)
scissors mkasi
scooter skuta
scorpion nge
scotch wiski
Scotch tape® selotepu
Scotland Uskochi
Scottish -a Kiskochi
  I'm Scottish mimi ni Mskochi
scrambled eggs mayai ya
  kuvuruga
scratch (noun) kwaruza
sea bahari
  by the sea karibu na bahari
seafood restaurant mkahawa
  wa viliwavyo kutoka
  baharini
seafront eneo karibu na bahari
  on the seafront kwenye eneo
  karibu na bahari
search (verb) pekua
seasick: I feel seasick nahisi
  kichefuchefu
  I get seasick huhisi
  kichefuchefu
seaside ufukwe
  by the seaside ufukweni
seat kiti
  is this seat taken? kiti hiki
  kina mtu?
seat belt ukanda wa kinga
secluded faragha
second (adj) -a pili

(of time) nukta, secunde

just a second! ngoja kidogo!

second-class (travel etc) kilasi ya pili

second floor ghorofa ya pili (US) ghorofa ya kwanza

second-hand iliokwishatumika

see ona

can I see? naweza kuona?

have you seen ...?
umeona ...?

I saw him this morning
nilimwona leo asubuhi

see you! tutaonana!

I see (I understand) naelewa

self-service kujihudumia mwenyewe

sell uza

do you sell ...? unauza ...?

Sellotape® selotepu

send peleka

I want to send this to England
nataka kupeleka hii Uingereza

separate tenga

separately (pay, travel) mbalimbali

September Septemba, mwezi wa tisa (T)

septic yenye bakteria

serious (problem, illness) -a hatari

service charge (in restaurant) malipo ya huduma

service station kituo cha petroli

serviette savieti

set menu menyu maalumu

several kadhaa

sew shona

could you sew this back on?

wawezakuishonea juu ya hii?

sex (gender, activity) jinsia

sexy avutia kimapenzi

Seychelles visiwa vya Shelisheli

shack banda

shade kivuli

in the shade kivulini

shake: let's shake hands
tupeane mikono

shallow (water) kina kifupi

shame: what a shame!
inasikitisha!

shampoo (noun) shampuu

shampoo and set osha kwa shampuu na chana

share (verb: room, table etc) shirikiana

sharp kali

shattered (very tired) -choka

shaver mashini ya kunyolea

shaving foam krimu ya kunyolea

shaving point soketi ya kunyolea

she* yeye

is she here? yupo hapa?

sheet (for bed) shiti

shelf rafu

shellfish makome

shield ngao

ship meli

by ship kwa meli

shirt shati

shit! udhia gani huu!

shock (noun) mshtuo

I got an electric shock from the ... umeme umenirusha

kutoka ...
shock-absorber shokomsoba
shocking mbaya sana
shoe kiatu
  a pair of shoes jozi ya viatu
shoelaces nyuzi za viatu
shoe polish rangi ya viatu
shoe repairer fundi wa viatu
shop duka
shopping kwenda madukani
  I'm going shopping nakwenda
  kununua vitu madukani
  see bargaining and opening
  hours
shopping centre eneo la
  maduka
shop window dirisha la duka
shore (of sea, lake) ufukwe
short -fupi
shortcut njia ya mkato
shorts suruali kipande
should bidi
  what should I do? inanibidi
  nifanye nini?
  you should ... inakubidi ...
  you shouldn't ... usi- ...
  he should be back soon
  anatarajiwa kurudi punde
  hivi
shoulder bega
shout (verb) piga kelele
show (in theatre) mchezo wa
  kuigiza
  could you show me? wawesa
  kunionesha?
shower (in bathroom) shawa
  (of rain) manyunyu
  with shower yenye shawa
shower gel jeli ya kuogea

shut (verb) funga
  when do you shut? unafunga
  wakati gani?
  when does it shut? inafungwa
  wakati gani?
  they're shut wamefunga
  I've shut myself out
  nimejifungia nje
  shut up! nyamaza!
shutter (on camera) kipenyezea
  mwanga
  (on window) pazia la vibapa
shy mwenye haya
sick (ill) -gonjwa
  I'm going to be sick (vomit)
  nahisi kutapika
side pembeni
  the other side of the street
  upande wa pili wa njia
side lights taa za pembeni
side salad saladi ya ziada
side street njia igusayo
  barabara kuu
sidewalk 'pavement'
sight: the sights of ... sehemu
  maarufu za ...
sightseeing kutembelea
  we're going sightseeing
  tunakwenda kutalii sehemu
  maarufu
sightseeing tour ziara ya kutalii
  sehemu maarufu
sign (roadsign etc) alama ya
  kuongoza
signal: he didn't give a signal
  (driver, cyclist) hakuashiria
  aendako
signature saini
signpost kiongoza njia

silence kimya
silk hariri
silly -puuzi
silver (noun) fedha
similar sawa
simple (easy) rahisi
since tangu
  since last week tangu wiki
  iliyopita
  since I got here tangu
  nilipofika hapa
sing imba
singer mwimbaji
single -moja
  a single to ... tikiti ya kwenda
  tu ...
  I'm single (said by man/woman)
  sina mke/mume
single bed kitanda cha mtu
mmoja
single room chumba cha mtu
mmoja
single ticket tikiti ya kwenda tu
sink (in kitchen) sinki
sisal basket kikapu cha katani
sister dada
sister-in-law shemegi
sit kaa
  can I sit here? naweza kukaa
  hapa?
  is anyone sitting here? kuna
  mtu akaaye hapa?
sit down kaa kitako
  sit down! kaa kitako!
size saizi
skin ngozi
skin diving kuzamia mbizi
skinny mwembamba
skirt skati (K), sketi (T)

sky mbingu
sleep (verb) lala
  did you sleep well? ulilala
  vyema?
sleeper (on train) treni yenye
vitanda
sleeping bag fuko la kulalia
sleeping car behewa la kulala
sleeping pill dawa ya usingizi
sleepy: I'm feeling sleepy nahisi
  usingizi
sleeve mkono wa vazi
slide (photographic) slaidi
slip (garment) shimizi
slippery -enye kuteleza
slow polepole
  slow down! (driving) punguza
  spidi!
slowly polepole
  very slowly polepole sana
  could you speak more slowly
  sema polepole zaidi
small -dogo
smell (noun) harufu
  it smells (smells bad) inanuka
smile (verb) tabasamu
smoke (noun) moshi
  do you mind if I smoke?
  utaudhika nikivuta sigara?
  I don't smoke sivuti sigara
  do you smoke? unavuta
  sigara?
snack vitafunio
  just a snack vitafunio tu

Snacks include samosas,
chapatis, miniature kebabs,
roasted corn cobs, mandaazi
(sweet, puffy, deep-fried dough
→

cakes) and **mkate mayai** (Kenyan egg-bread: light wheat-flour pancake wrapped around fried eggs and minced meat). In Tanzania, **mkate wa mayai** is a sweet bread made from flour, eggs and sugar (without the minced meat).

snake nyoka
sneeze (noun) chafya
snorkel kivutia hewa majini
snorkelling kuzamia mbizi

If you plan to do a fair bit of snorkelling, try to bring your own mask and snorkel. They aren't highly expensive, or particularly heavy, and you'll benefit from having equipment that fits and works, and save money you'd otherwise spend renting it. Don't forget that, although certain parts of the coast have exceptional stretches of reef, you can have a rewarding dip almost anywhere.

snow (noun) theluji
  it's snowing theluji inaanguka
so: it's so good ni nzuri sana
  it's so expensive ni ghali sana
  not so much si nyingi
  not so bad si mbaya
  so am I, so do I na mimi pia
  so-so kwa kiasi tu
soaking solution (for contact lenses) dawa ya kusafishia

soap sabuni
soap powder sabuni ya unga
soapstone ulanga
sober makini
sock soksi
socket (electrical) soketi
soda (water) soda
sofa sofa
soft (material etc) laini
soft-boiled egg yai laini la kuchemsha
soft drink soda, vinywaji baridi

Soft drinks are usually very cheap and crates of Coke, Fanta and Sprite find their way to the wildest corners of East Africa. Krest, a bitter lemon, is very pleasant. Krest also make a ginger ale but it's watery and insipid; instead go for Stoney's, which has more of a punch. Sometimes you can get Vimto, which is supposed to do you some good, and occasionally plain soda water. There are fresh fruit juices available in the towns, especially on the coast. Passionfruit, the cheapest, is excellent. Some places serve a variety: you'll sometimes find carrot juice and even tiger milk – from tiger (**chufa**) nuts.

soft lenses lenzi laini
sole (of foot) unyayo
  (of shoe) soli
  could you put new soles on these? waweza kuvitia soli

mpya hivi?
Somali (adj) -a Kisomali
Somalia Somalia
some kidogo
  can I have some water/rolls?
  naweza kupata maji/vikuto
  vya mkate?
  can I have some? naweza
  kupata kidogo?
somebody, someone mtu
something kitu
  something to eat kitu cha
  kula
sometimes mara nyingine
somewhere mahali
son mtoto wa kiume
song wimbo
son-in-law mkwe
soon punde
  I'll be back soon nitarudi
  punde hivi
  as soon as possible kwa
  haraka iwezekanavyo
sore: it's sore inauma
sore throat maumivu ya koo
sorry: (I'm) sorry samahani
  sorry? (didn't understand/hear)
  samahani?

'Pole' is a warm and peculiarly
Swahili expression, conveying
sympathy and regret (I'm sorry
to hear that), rather than an
apology. If you trip in the street,
spill your drink, lose a bag or
miss a train, you may hear
'pole' from someone nearby.

sort: what sort of ...? ... -a

namna gani?
soup supu
sour (taste) kali
south kusini
  in the south kusini
South Africa Afrika ya Kusini
South African (adj) -a Afrika ya
  Kusini
  I'm South African mimi ni raia
  wa Afrika ya Kusini
southeast kusini mashariki
southern -a kusini
southwest kusini magharibi
souvenir kikumbusho
Spain Hispania
Spanish (adj) -a Hispania
spanner spana
spare part spea
spare tyre tairi ya spea
spark plug plagi
speak sema
speak: do you speak English?
  unasema Kiingereza?
  I don't speak ... sisemi ...
  can I speak to ...? naweza
  kusema na ...?

•••••• DIALOGUE ••••••
can I speak to Maisara? naweza
kusema na Maisara?
who's calling? ni nani wewe?
it's Patricia ni Patricia
I'm sorry, he's not in, do you want
to leave a message? samahani,
hayupo, unataka kuwacha
maagizo?
no thanks, I'll call back later
hapana asante, nitampiga simu
tena baadaye

ENGLISH ◆ SWAHILI | So

please tell him I called tafadhali
mwambie nilipiga simu

spear mkuki

spectacles miwani

speed (noun) spidi

speed limit kikomo cha
spidi

speedometer spidometa

spell: how do you spell it?
unaiandikaje?
see alphabet

spend tumia

spider buibui

---

spirits
Kenya Cane (white rum) and
Kenya Gold (a gooey, coffee-
flavoured liqueur) deserve a try
perhaps, but they are expensive
and nothing special.
You won't often find cocktails
except in more expensive hotels
and restaurants. One Kenyan
mix to try, cautiously, is a dawa
('medicine') – vodka, white
rum, honey and lime juice.
There's a battery of laws against
home-brewing and distilling –
perhaps because of the loss of
revenue in taxes on legal booze.
On the coast, where the coco-
nuts grow, merely lopping off
the growing shoot produces
a naturally fermented palm
wine (tembo). Though there's
usually a furtive discretion
about pombe (locally made
beer) or tembo sessions, nobody
→

---

ever seems to get busted. Not so
with spirits. Think twice before
accepting a mug of chang'aa:
it's treacherous firewater, and is
also frequently contaminated,
regularly killing drinking parties
en masse. Sentences for distill-
ing and possessing chang'aa
are harsh, and police raids
common.

---

splinter kibanzi

spoke (in wheel) spoki

spoon kijiko

sport mchezo

sprain: I've sprained
my ... nimetenguka ...

spring (season) majira ya
chipuko
(of car, seat) springi
in the spring katika majira ya
chipuko

square (in town) uwanja

stairs ngazi

stale -liochacha

stall: the engine keeps stalling
ingini inazimika moto kila
mara

stamp (noun) stempu

•••••• DIALOGUE ••••••

a stamp for England, please
stempu kwa kupelekea
Uingereza, tafadhali
what are you sending? unapeleka
nini?
this postcard postikadi hii

standby kutumika
inapohitajika

star nyota
   (in film) mchezaji maarufu
start (noun) mwanzo
   (verb) anza
   when does it start? inaanza
   wakati gani?
   the car won't start gari
   haishiki stati
starter (of car) stata
   (food) kianzio
starving: I'm starving nina njaa
   sana
state (country) nchi
   the States (USA) Marekani
station nasteshemi
statue sanamu
stay kaa
   where are you staying?
   unakaa wapi?
   I'm staying at ... nakaa ...
   I'd like to stay another two
   nights nataka kukaa siku
   mbili zaidi
steak steki
steal iba
   my bag has been stolen begi
   langu limeibiwa
steep (upwards) -a kuinuka
   ghafla
   (downwards) -a kuteremka
   ghafla
steering kutumia usukani
steinbok dondoo
step: on the steps juu ya ngazi
sterling sarafu ya Kiingereza
steward (on plane) mhudumiaji
stewardess mhudumiaji wa
   kike
still (adverb) bado

I'm still here niko hapa bado
is he still there? yuko kule
   bado?
keep still! tulia!
sting (noun) mchomo
   (verb) uma
   I've been stung nimeumwa
stockings soksi ndefu
stomach tumbo
stomach ache maumivu ya
   tumbo
stomach upset kusokotwa
   tumbo
stone (rock) jiwe
stop (verb) simamisha
   please, stop here (to taxi driver
   etc) simamisha hapa,
   tafadhali
   do you stop near ...?
   utasimamisha karibu na ...?
   stop it! usifanye hivyo!
stopover kituo cha mapumziko
storm dhoruba
straight (whisky etc) kavu
   it's straight ahead ni moja
   kwa moja
straight away papo hapo
strange (odd) -geni
stranger mgeni
   I'm a stranger here mimi ni
   mgeni hapa
strap ukanda
strawberry strobari
stream mto
street njia
   on the street njiani
street map ramani ya njia
string uzi
strong (person) mwenye nguvu

(taste, drink) **kali**
stuck kwama
　it's **stuck** imekwama
student mwanafunzi
stupid mjinga
suburb kiunga
Sudan Sudan
Sudanese (adj) -a Sudan
suddenly kwa ghafula
suede -a ngozi
sugar sukari
suit (noun) suti
　it doesn't **suit** me (jacket etc)
　hainifai
　it **suits** you inakufaa
suitcase begi
summer majira ya joto
　in the **summer** katika majira
　ya joto
sun jua
　in the **sun** kwenye mwanga
　wa jua
　out of the **sun** nje ya mwanga
　wa jua

Probably the most important
health concern is the sun. On
the equator, even if the altitude
keeps temperatures down, the
effect of half an hour's ultra-vio-
let on delicate skin can be se-
vere. A hat and sunglasses are
strongly recommended. Keep
children thoroughly smothered
in factor 40 and insist they wear
hats. They should also wear
T-shirts when swimming, and
especially if snorkelling.
Many people get occasional heat
→

rashes, especially at first. A
warm shower, to open the pores,
and cotton clothes should help.
Some people sweat heavily and
lose a lot of salt. If this applies
to you, sprinkle extra salt on
your food.

sunbathe ota jua
sunblock (cream) krimu ya
　kuhifadhi ngozi
sunburn kubabuka kwa jua
sunburnt -liobabuka kwa jua
Sunday Jumapili
sunglasses miwani ya jua
sun lounger (chair for lying on) kiti
　cha kuotea jua
sunny: it's **sunny** kuna jua
sunroof (in car) kidirisha
　kwenye paa
sunset kuchwa kwa jua
sunshade mwavuli mkubwa
sunshine mwanga wa jua
sunstroke kuathiriwa na jua
suntan kugeuzwa rangi na jua
suntan lotion losheni ya
　kujikinga na jua
suntanned -geuka rangi kwa
　jua
suntan oil mafuta ya kujikinga
　na jua
super bora kabisa
supermarket supamaket
supper chakula cha jioni
supplement (extra charge)
　nyongeza
sure hakika
　are you **sure?** una hakika?
　sure! hakika!

surface mail barua zitumwazo kikawaida

surname jina la ukoo

sweater sweta

sweatshirt fulana

Sweden Sweden

Swedish (adj) -a Kiswidi

sweet (taste) tamu
  (noun: dessert) kimaliziamlo

sweets peremende

swelling uvimbe

swim (verb) ogelea
  I'm going for a swim nakwenda kuogelea
  let's go for a swim twende kuogelea

swimming costume nguo ya kuogelea

swimming pool bwawa la kuogelea

swimming trunks suruali ya kuogelea

switch (noun) swichi

switch off zima

switch on washa

swollen -liovimba

T

table meza
  a table for two meza ya watu wawili

tablecloth kitambaa cha mezani

table tennis tenis ya mezani

tailback (of traffic) msogamano

tailor mshoni

take (verb: lead) chukua
  (accept) pokea

can you take me to the ...? waweza kunipeleka kwa ...?

do you take credit cards? nikulipe kwa kadi ya malipo?

fine, I'll take it sawa, lipa

can I take this? (leaflet etc) naweza kuchukua hii?

how long does it take? inachukua muda gani?

it takes three hours inachukua saa tatu

is this seat taken? kiti hiki kina mtu?

hamburger to take away hambaga ya kuchukua nje

can you take a little off here? (to hairdresser) waweza kupunguza kidogo hapa?

talcum powder podari

talk (verb) sema

tall -refu

tampons visodo

tan (noun) hudhurungi
  to get a tan geuka hudhurungi kwa jua

tank (of car) tangi

Tanzania Tanzania

Tanzanian (adj) -a Kitanzania
  (noun) Mtanzania

tap mfereji

tape (for cassette) tepu

tape measure utepe wa kupimia

tape recorder tepurekoda

tap water maji ya mfereji

taste (noun) ladha
  can I taste it? naweza kuonja?

taxi teksi

will you get me a taxi?
waweza kuniitia teksi?
where can I find a taxi?
nitapata teksi wapi?

•••••• D I A L O G U E ••••••

to the airport/to the ... Hotel,
please nipeleke uwanja wa
ndege/hoteli ya ..., tafadhali
how much will it be? ni kiasi gani?
it will be 8,000 shillings ni shilingi
elfu nane
that's fine right here, thanks sawa,
chukua, asante

Shared taxis, including Peu-
geots and Japanese minibuses,
are a faster and usually more
expensive alternative to buses,
and can be both dangerous and
a good introduction to local
people.
Peugeot taxis usually drive
directly from one point to
another with a full complement
of passengers. This should con-
sist of one passenger in the front
(who sometimes pays a supple-
ment), three in the middle and
three in the back. Any more and
they're overloaded and are likely
to be stopped by the police all
along the route. Beware of be-
ing used as bait by the driver to
encourage passengers to choose
his car. Competition is intense
and people will try to persuade
you the vehicle is going 'just
now'. Always choose a vehicle →

that's full and about to leave or
you'll have to wait inside
until they are ready to go —
sometimes for hours. In particu-
lar, don't hand over any money
before you've left town – this
isn't a question of being ripped
off (though discreetly noting the
licence plate is never a bad
idea), but too often the first de-
parture is just a cruise around
town rounding up passengers
and buying petrol (with your
money) and then back to square
one. If your destination doesn't
lie on a standard shared taxi
route, or if you don't want to
wait for a car to fill up (or,
indeed, if you just want to travel
in style), drivers will happily
negotiate a price for the rental
of their whole car. This will
probably be the same as the sum
total of the fares they would
receive from a full complement
of paying passengers.
Town taxis are not metered and
you should agree the fare before
setting off. Like all public trans-
port, fares are in most cases
fixed by law or common agree-
ment, but you can still be
over-charged, especially for your
baggage.
see **bus**

taxi-driver dereva wa teksi
taxi rank kituo cha teksi
tea (drink) **chai**

tea for one/two, please cha
kwa mtu mmoja/watu
wawili, tafadhali

Tea is universally drunk at
breakfast and as a pick-me-up
at any time. It's somewhat
different from the classic Brit-
ish brew: milk, water, lots of
sugar and tea leaves, brought to
the boil in a kettle and served
scalding hot.

teabags vifuko vya majani ya
chai
teach somesha
could you teach me? waweza
kunisomesha?
teacher mwalimu
team timu
tea shop duka la chai
teaspoon kijiko cha chai
tea towel kitambaa cha
kukaushia vyombo
teenager kijana
telegram telegramu
telephone simu
see phone
television televisheni
tell ambia
could you tell him ...? waweza
kumwambia ...?
temperature (weather) hali ya
hewa
(fever) homa
tent hema
term (at university, school) muhula
terminus (rail) stesheni ya
mwisho

terrible -baya sana
terrific -zuri sana
than* kuliko
smaller than ndogo kuliko
thank: thank you, thanks asante
thank you very much asante
sana
thanks for the lift asante kwa
kunipa 'lift'
no thanks la asante

•••••• DIALOGUE ••••••

thanks asante
that's OK, don't mention it si kitu,
ni sawa tu

that*: I hope that ... natumai
kwamba ...
that's nice ni vyema
is that ...? -le ni ...?
that's it (that's right) ndivyo
hasa
the*
theatre thieta
their* -ao
theirs* -ao
them* wao
for them kwa ajili yao
with them pamoja nao
to them kwa wao
who? – them nani? – wao
then (at that time) wakati huo
(after that) baada ya hapo
there kule
over there kule
up there huko
is there ...?, are there ...?
kuna ...?
there is ..., there
are ... kuna ...

there you are (giving something)
  haya chukua
thermometer kipimajoto
Thermos® flask thamosi
these*
they* wao
thick -nene
  (stupid) mjinga
thief mwizi

If you're the victim of a snatch-and-run robbery in a city street, don't shout **'mwizi!'** unless you want the item back enough to risk the life of the mugger. He will usually be set upon immediately by passers-by and severely kicked and beaten.

---

thigh paja
thin -embamba
thing kitu
  my things vitu vyangu
think fikiri
  I think so nafikiria hivyo
  I don't think so sifikirii
  I'll think about it nitafikiria
third party insurance bima ya
  gari
thirsty -enye kiu
  I'm thirsty nina kiu
this*: this is my wife huyu mke
  wangu
  is this ...? hii ni ...?
those*
thread (noun) uzi
throat koo
throat pastilles vidonge vya
  dawa ya koo

through kupitia
  does it go through ...? (train, bus) inapitia ...?
throw (verb) rusha
throw away tupa
thumb kidole gumba
thunderstorm mvua ya radi
Thursday Alhamisi
ticket tikiti (K), tiketi (T)

•••••• DIALOGUE ••••••

a return to Dodoma tikiti ya
kwenda na kurudi Dodoma
coming back when? utarudi lini?
today/next Tuesday leo/Jumanne
ijayo
that will be 40,000 shillings utalipa
shilingi arobaini elfu

ticket office (bus, rail) ofisi ya
  tikiti
tie (necktie) tai
tight (clothes etc) inabana
  it's too tight inanibana sana
tights soksi ndefu
till (cash desk) deski la keshia
time* wakati, saa
  what's the time? ni saa ngapi?
  this time wakati huu
  last time mara ya mwisho
  next time mara nyingine
  three times mara tatu

'Swahili time' runs from dawn to dusk to dawn rather than midnight to midday to midnight. 7am and 7pm are both **saa moja** (one o'clock) while midnight and midday are **saa sita** (six o'clock). It is not as →

---

confusing as it first sounds –
just add or subtract six hours to
work out Swahili time (or read
the opposite side of your watch).
Trains nearly always leave right
on time; buses often have punc-
tual departures as well. In more
remote areas, though, if a driver
tells you he's going somewhere
'today', it doesn't necessarily
mean he expects to arrive today.

timetable ratiba
tin (can) kopo (K), mkebe (T)
tin-opener kifugulia mkebe
tiny -dogo sana
tip (to waiter etc) tipu (K),
   bahashishi (T)

The main difficulty with the
concept of the tip is that it tends
to be lumped together with the
concept of the bribe. You are
presumed to be the wealthy
tourist who should be free with
his or her money at every oppor-
tunity, whether the service per-
formed is already being paid for
by wages or not. Remember that
menial or service industry
workers are likely to be paid low
wages, so giving a dollar is a very
big tip, even if it may not buy
much. On organized safaris, tips
provide a large proportion of the
staff's income, and most com-
panies publish indicators of
how much you should give, with
→

every member of the group
expected to contribute a daily
rate to each member of staff. Be
prepared for this. A few other
hints: you don't need to tip taxi-
drivers or when using public
transport; tip waiters 10 per cent
in Western-style restaurants
(where they may not be paid any
wages); tip porters at stations
and hotels a few pence per item
of luggage; and tip everyone else
only when you have agreed the
service to be provided.

tired -choka
   I'm tired nimechoka
tissues tishu
to hadi
   to Malindi/mpaka Malindi
   to Zanzibar/mpaka Zanzibar
   to the post office mpaka
   posta
toast (bread) tosti
today leo
toe kidole cha mguu
together pamoja
   we're together (in shop etc)
   tuko pamoja
toilet choo (K), msalani (T)
   where is the toilet? choo kiko
   wapi?
   I have to go to the toilet
   nataka kwenda msalani

Carry toilet paper – which you
can buy in most places – as few
cheap hotels provide it. Town
→

> public toilets (**wanawake** women, **wanaume** men) are invariably unhygienic. Public buildings and hotels are unlikely to turn you away if you ask.

toilet paper karatasi za chooni
tomato nyanya
tomato juice juisi ya nyanya
tomato ketchup kechapu
tomb kaburi
tomorrow kesho
  tomorrow morning kesho asubuhi
  the day after tomorrow kesho kutwa
toner (cosmetic) rangi ya pambo
tongue ulimi
tonic (water) tonik
tonight leo usiku
tonsillitis maumivu ya kooni
too (excessively) sana
  (also) pia
  too hot (weather) joto sana
  (tea) i moto sana
  too much nyingi sana
  me too mimi pia
tooth jino
toothache maumivu ya jino
toothbrush mswaki
toothpaste dawa ya meno
top juu
  on top of ... juu ya ...
  at the top juu
top floor ghorofa ya juu kabisa
topless matiti wazi
torch tochi
total (noun) jumla
tour (noun) safari ya utalii

is there a tour of ...? kuna safari ya utalii kwenda ...?
tour guide mtembezaji watalii
tourist mtalii
tourist information office ofisi ya utalii
tour operator kampuni ya utalii
towards kuelekea
towel taulo
town mji
  in town mjini
  just out of town nje kidogo ya mji
town centre katikati ya mji
town hall ofisi ya baraza la mji
toy kitu cha kuchezea
track pletfomu, jukwaa
  which track is it for Kisumu? pletfomu gani kwa treni ya kisumu?
traditional -a mila
traffic magari barabarani
traffic jam msogamano wa magari
traffic lights taa ziongozazo magari
trailer (for carrying tent etc) trela
train treni
  by train kwa treni

•••••• DIALOGUE ••••••

is this the train for Voi? hii ndiyo treni ya kwendea Voi?
sure ndiyo
no, you want that platform there siyo, unahitaji platfomu ile pale

The Uhuru Railway, linking Tanzania and Zambia, passes through one of the most spectacular highland areas of southern Tanzania. It passes through Mikumi National Park, and cuts across the World Heritage site of Selous Game Reserve, which is the largest in Africa, and crosses gorges and rivers on hundreds of bridges on its way to Kapiri Mposhi in Zambia. Tickets can be bought at the TAZARA station in Dar es Salaam.

Another one of the famous railway journeys is the Nairobi–Mombasa run. The trains run once a day in each direction, leaving with perfect punctuality at 7pm (that is, 1 o'clock Swahili time), and arriving any time between 8 and 10am (2 and 4 o'clock Swahili time) the following morning.

It's important to make reservations for these trains, especially if you want a first-class compartment. While it may be fine to leave this until a couple of hours before departure during the low season, it's advisable to reserve well in advance if you plan to travel during the Christmas and New Year period. Ticket offices at the stations are open mornings and afternoons, and will take reservations weeks →

ahead. Travel agents will usually do the work for you, sometimes for a fairly hefty supplement. A number of overseas agents will handle first-class train reservations, too, though you can expect to pay a little more. To travel first-class, you have to take a private two-berth compartment. Second-class compartments are shared by four people and are single-sex, though, with the consent of the occupants, this can sometimes be disregarded. The third-class carriages have seats rather than bunks.

The first- and second-class fares include pre-paid dinner, breakfast and bedding vouchers. An attendant will make up your bed while you are in the dining car for dinner, and will clear the bedding away during breakfast. Both dinner and breakfast are hearty cooked meals, and eating in the dining car is an experience in itself, but don't expect haute cuisine. Wine, beer and soft drinks cost extra. If you buy your ticket from Kenya Railways direct, you can elect to pay just for your berth.

trainers (shoes) viatu vya riadha
train station stesheni ya reli
translate tafsiri, fasiri
  could you translate that?
  waweza kutafsiri hii?

translation tafsiri
translator mfasiri
trash takataka
trash can pipa la taka
travel (noun) safari
  (verb) safiri
  we're travelling around
  tunatembelea sehemu
  mbalimbali
travel agent's ofisi ya wakala
  wa usafiri
traveller's cheque cheki ya
  safari
tray trei
tree mti
tremendous -zuri sana
trendy -a mtindo wa kisasa
trim: just a trim, please (to
  hairdresser) unipunguze
  nywele kidogo tu, tafadhali
trip (excursion) safari ya
  matembezi
  I'd like to go on a trip
  to ... nataka kutembelea ...
trolley toroli
trouble (noun) shida
  I'm having trouble with ... nina
  shida na ...

There are still places in East
Africa where you can leave an
unattended tent for the day and
find it untouched when you
return in the evening. And
there are a few spots where
walking alone after dark is
almost guaranteed to get you
mugged. As a general rule,
though, you have a far higher →

chance of being a victim in
touristy areas.
In these areas, never leave
anything unguarded even for
15 seconds, never take out
cameras or other valuables
unless absolutely necessary, and
be careful where you walk, at
least until you've stowed your
luggage and you're settled in
somewhere. It's best not to carry
a bag, particularly not the little
day-pack over your shoulder,
which will virtually identify
you as a tourist.

trousers suruali
true kweli
  that's not true hayo si kweli
trunk (US: of car) buti
trunks (swimming) suruali ya
  kuogelea
try (verb) jaribu
  can I try it? (food) naweza
  kuonja?
try on jaribu
  can I try it on? naweza
  kuijaribu?
T-shirt fulana
Tuesday Jumanne
tuna 'tuna', jodari
tunnel njia ya chini kwa chini
turn: turn left/right pinda
  kushoto/kulia
turn off (TV, appliance etc) zima
  where do I turn off? nigeuze
  njia wapi?
turn on (TV, appliance etc) washa
turning (in road) kona

TV televisheni
twice mara mbili
  twice as much mara mbili
  zaidi
twin beds vitanda viwili
  pacha
twin room chumba cha watu
  wawili
twist: I've twisted my ankle
  nimeteguka kifundo cha
  mguu
type (noun) aina
  another type of ... aina
  nyingine ya ...
typhoid homa ya matumboni
typical -a kufanana
tyre tairi

U

Uganda Uganda
Ugandan (adj) -a Kiganda
ugly -baya
UK Uingereza
ulcer kidonda
umbrella mwavuli
uncle mjomba
unconscious -poteza fahamu
under (in position) chini
  (less than) chini ya
underdone (meat) iliyoiva
  kidogo
underpants chupi
understand: I understand
  naelewa
  I don't understand sielewi
  do you understand?
  unaelewa?
unemployed asiye na kazi

unfashionable isio ya kisasa
United States Marekani,
  Amerika
university chuo kikuu
unleaded petrol isiyo na
  'lead'
unlimited mileage maili bila ya
  kikomo
unlock fungua
unpack fungua mizigo
until mpaka
unusual isiyo ya kawaida
up juu
  up there kule juu
  he's not up yet (not out of bed)
  hajaamka bado
  what's up? (what's wrong?) kuna
  nini?
upmarket -a hali ya juu
upset stomach kusokotwa
  tuombo
upside down juu chini
upstairs juu
up-to-date -a kisasa
urgent haraka
us* sisi
  with us pamoja nasi
  for us yetu
USA Marekani, Amerika
use (verb) tumia
  may I use ...? naweza
  kutumia ...?
useful -enye kufaa
usual kawaida
  the usual (drink etc) kama
  kawaida

V

vacancy: do you have any vacancies? (hotel) kuna nafasi?
see **room**
vacation (from university) likizo
on vacation likizoni
vaccination kuchanja
vacuum cleaner mashine ya kufagilia
valid yatumika
how long is it valid for? yatumika kwa muda gani?
valley bonde
valuable -ya thamani
can I leave my valuables here? naweza kuweka hapa vitu vyangu vya thamani?
value (noun) thamani
van gari la mizigo
vanilla vanila
a vanilla ice cream aiskrimu ya vanila
vary: it varies yabadilika
vase jagi
veal nyama ya ndama
vegetables mboga
vegetarian (noun) asiyekula nyama
very sana
very little for me nataka kidogo sana
I like it very much naipenda sana
vest (under shirt) fulana
via kupitia
video (film) video
(recorder) videorikoda

view mandhari
village kijiji
vinegar siki
visa viza

It's important to know just how long a stay you've been granted in Tanzania or Kenya. There have been a number of cases of travellers overstaying the limits of their visas or visitors' passes by a few days and finding themselves invited to spend the night behind bars while a suitable fine was discussed. Ask what's been stamped when you arrive and renew well in advance. You will certainly have to renew after three months.

visit (verb) tembelea
I'd like to visit ... nataka kutembelea ...
vital: it's vital that ... ni muhimu kwamba ...
vodka vodka
voice sauti
volcano volkano
voltage volteji
vomit tapika

W

waist kiuno
waistcoat kizibao
wait ngoja
wait for me ningojee
don't wait for me usiningojee
can I wait until my wife/partner

gets here? naweza kungoja
mpaka mke wangu/
mwenzangu aje?

can you do it while I wait?
waweza kutengeneza
nikingojea?

could you wait here for me?
waweza kuningojea hapa?

waiter/waitress mhudumiaji

It is quite acceptable for a man
to hiss to attract a waiter's
attention in Kenya. Similarly,
you won't raise any eyebrows by
doing the same to attract the
attention of any child or teen-
ager hanging around, if you want
to ask directions, find some-
body, or get them to bring
something to your car (a drink
from a roadside shack, a news-
paper from a vendor), so long
as the service is modestly
rewarded. In Tanzania, hissing
is not acceptable. Men can
either raise their hand, but not
the forefinger, to attract the
attention of the waiter, or use
the Swahili word 'ndugu'
(brother), 'samahani!' (excuse
me!) or the English 'hello!'. The
best way for a woman to attract
the attention of a waiter or other
person is to use 'hello!', whether
in Kenya or Tanzania.

wake: can you wake me up at
5.30? waweza kuniamsha saa
kumi na moja u nusu?

wake-up call kuamsha kwa
simu

Wales Wales

walk tembea
is it a long walk? ni mbali
sana?
it's only a short walk ni karibu
tu
I'll walk nitakwenda kwa
miguu
I'm going for a walk
nakwenda kutembea

walking kutembea

Walkman® 'stereo' ya binafsi

wall ukuta

wallet kikoba

wander: I like just wandering
around nataka kuzurura tu

want taka
I want a ... nataka ...
I don't want any sitaki
chochote
I want to go home nataka
kwenda nyumbani
I don't want to sitaki
he wants to ... anataka ...
what do you want? unataka
nini?

ward (in hospital) wadi

warm -enye joto
I'm so warm nahisi joto

warthog ngiri

was* -likuwa
he was, she was alikuwa
it was ilikuwa

wash (verb) osha
can you wash these? waweza
kuosha hizi?

washer (for bolt etc) washa

washhand basin beseni la kunawia

washing (clothes) nguo za kufuliwa

washing machine mashine ya kufulia

washing powder sabuni ya unga

washing-up: to do the washing-up kuosha vyombo

washing-up liquid sabuni ya majimaji

wasp nyigu

watch (wristwatch) saa

will you watch my things for me? waweza kuangalia vitu vyangu?

watch out! jihadhari!

watch strap ukanda wa saa

water maji

may I have some water? naweza kupata maji?

In most places in East Africa the tap water can safely be drunk, but since bad water is the most likely cause of diarrhoea, you should be fairly cautious about drinking rain or well water. It can't do any harm, except to your purse, to drink bottled water only, but it can mean you don't drink enough, especially on long, hot journeys. If you're only staying a short time, it makes sense to purify your drinking water with tablets or iodine. For longer stays, you should think of re-educating →

your stomach rather than fortifying it; it's virtually impossible to travel around the region without exposing yourself to strange bugs from time to time.

waterfall maporomoko ya maji

waterproof (adj) -siopenya maji

waterskiing skii ya majini

wave (in sea) mawimbi

way: it's this way ni njia hii

it's that way ni njia ile

is it a long way to ...? ni mbali kwenda ...?

no way! la hasha!

•••••• DIALOGUE ••••••

could you tell me the way to ...? waweza kunielekeza njia ya ...?

go straight on until you reach the traffic lights nenda moja kwa moja mpaka taa ziongozazo magari

turn left pinda kushoto

take the first on the right fuata njia ya kwanza kulia

see where?

we* sisi

weak dhaifu

weather hali ya hewa

•••••• DIALOGUE ••••••

what's the weather forecast? hali ya hewa imetabiriwa vipi?

it's going to be fine itakuwa ni njema

it's going to rain kutakuwa na mvua

it'll brighten up later kutatanzuka baadaye

wedding harusi
wedding ring pete ya ndoa
Wednesday Jumatano
week wiki
  a week (from) today wiki
  moja kuanzia leo
  a week (from) tomorrow wiki
  moja kuanzia kesho
weekend wikiendi
  at the weekend wikiendi
weight uzito
weird -a ajabu
welcome: welcome to ... karibu
  kwa ...
  you're welcome (don't mention it)
  unakaribishwa, tafadhali
well (noun: for water) kisima
well vizuri
  I don't feel well sijihisi vizuri
  she's not well hajihisi vizuri
  you speak English very well
  unasema Kiingereza vizuri
  sana
  well done! hongera!
  this one as well na hii pia
  well well! (surprise) ahaa!

•••••• DIALOGUE ••••••

  how are you? hujambo?
  very well, thanks, and you?
  sijambo, asante, je wewe?

well-done (meat) iliyoiva vyema
Welsh -a Kiwelsh
  I'm Welsh mimi ni Mwelsh
were* -likuwa
  we were tulikuwa
  you were ulikuwa
  they were walikuwa
west magharibi

in the west magharibi
western ya magharibi
West Indian (adj) -a 'West
  Indies'
wet -a majimaji
what? nini?
  what's that? hiyo nini?
  what should I do? nifanye
  nini?
  what a view! mandhari ya
  kupendeza!
  what bus do I take? nipande
  basi gani?
wheel gurudumu
wheelchair kiti cha
  magurudumu
when? lini?
  when we get back
  tutakaporudi
  when's the train/ferry?
  wakati gani kuna
  treni/feri?
where? wapi?
  I don't know where it is sijui
  iliko

•••••• DIALOGUE ••••••

  where is the museum? jumba la
  makumbusho liko wapi?
  it's over there liko kule
  could you show me where it is on
  the map? waweza kunionesha
  liliko katika ramani?
  it's just here liko hapa
  see way

which? -pi
  which bus? basi lipi?

•••••• DIALOGUE ••••••

which one? ipi?
that one ile
this one? hii?
no, that one hapana, ile

while: while I'm here
ninapokuwa hapa
whisky wiski
white -eupe
white wine mvinyo nyeupe
who? nani?
who is it? nani?
the man who ... yule mtu
ambaye ...
whole -ote
the whole lot yote
the whole week wiki nzima
whose? ya nani?
whose is this? hii ya nani?
why? kwa nini?
why not? kwa nini isiwe
hivyo?
wide pana
wife mke
my wife mke wangu
wild -a mwituni
wildebeest nyumbu
wildlife park mbuga ya
wanyama
will*: will you do it for me?
utanifanyia?
wind (noun) upepo
window dirisha
near the window karibu na
dirisha
in the window (of shop)
dirishani
window seat kiti cha dirishani

windscreen kioo cha mbele
garini
windscreen wiper waipa
windsurfing kupanda chelezo
cha tanga
windy -a upepo mwingi
wine mvinyo
can we have some more wine?
twaweza kupata mvinyo
zaidi?

Papaya wine is available in
medium or dry, white and rosé,
and is an acquired taste, but it's
one you might acquire quickly;
the stuff is potent and much
cheaper than imported wine. A
whole range of fruity wines has
recently appeared, including
passionfruit and mango. There
are also several quite drinkable
wines made from Tanzanian
grapes in Dodoma and white
wines made from Kenyan
grapes, notably the products of
Naivasha Wineries. Reasonably
priced South African wine is
also widely available.

---

wine list orodha ya mvinyo
winter majira ya baridi
in the winter katika majira ya
baridi
wire waya
wish: best wishes nakutakia
mema
with pamoja na
I'm staying with ... nakaa
pamoja na ...

ENGLISH ◆ SWAHILI | Wi

without bila
witness shahidi
 will you be a witness for me?
 waweza kuwa shahidi
 wangu?
woman mwanamke

---

women

Women, whether travelling alone or together, may come across occasional persistent hasslers but seldom much worse. Universal rules apply: if you suspect ulterior motives, turn down all offers and stonily refuse to converse, though you needn't fear expressing your anger if that's how you feel. You will, eventually, be left alone.

---

wonderful -zuri sana
won't* hai-
 it won't start (car) haishiki moto
wood (material) mbao
woods (forest) msitu
wool sufu
word neno
work (noun) kazi
 (verb) fanya kazi
 it's not working haifanyi kazi
 I work in ... nafanya kazi katika ...
world dunia
worry wasiwasi
 I'm worried nina wasiwasi
worse -baya zaidi
 it's worse ni mbaya zaidi
worst -baya kabisa

worth: is it worth visiting? inafaa kutembelea?
would: would you give this to ...? waweza kumpa hii ...?
wrap: could you wrap it up? waweza kunifungia hii?
wrapping paper karatasi ya kufungia vitu
wrist kifundo cha mkono
write andika
 could you write it down? waweza kuiandika?
 how do you write it? unaiandikaje?
writing paper karatasi ya kuandikia
wrong: it's the wrong key ni ufuguo usiofaa
 this is the wrong train hii siyo treni itakiwayo
 the bill's wrong bili hii ina makosa
 sorry, wrong number samahani, nimekosea namba
 sorry, wrong room samahani, nimekosea chumba
 there's something wrong with ... kuna hitilafu katika ...
 what's wrong? kuna makosa gani?

X

X-ray eksirei

Y

yacht yoti
yard yadi
year mwaka
yellow -a kimanjano
yellow fever homa ya manjano
yes ndiyo
yesterday jana
   yesterday morning jana
   asubuhi
   the day before yesterday juzi
yet bado
   not yet bado

•••••• D I A L O G U E ••••••

is it here yet? imeshafika?
no, not yet la, bado
you'll have to wait a little longer yet
itakubidi bado ungojee kwa
muda kidogo

yoghurt yogat
you* wewe
   (plural) nyinyi
   this is for you hii ni yako
   with you pamoja nawe
young kijana
your* -ako
   (plural) -enu
yours* -ako
   (plural) -enu
youth hostel hosteli ya vijana

Z

Zambia Zambia
Zambian (adj) -a Zambia
zebra punda milia
zero sifuri

zip zipu
   could you put a new zip on?
   waweza kuitia zipu mpya?
zip code postkodi
zoo bustani ya wanyama
zucchini mung'unye

Swahili-English

COLLOQUIALISMS

al-la! damn!
ehaa Bwana! hey Mr!
haiwezekani kabisa! no way!
hakuna matata! no problem!
hakuna tatizo!, hakuna wasiwasi! no problem!
je vipi! hey!
kabwela ordinary person, 'person in the street'
la hasha! no way!; God forbid!
lahaula! oh no!, God forbid!; what next?; well I never
nenda zako we! go away!
potelea mbali! damn!
udhia gani huu! shit!
upuuzi! rubbish!
wacha mzaha you're joking

A

a- he; she
-a- present tense marker
a'a no
  a'a asante no thanks
abiria passenger
acha desert; let off
adesi lentils
adhana Muslim call to prayer
  by a muezzin
adhuhuri midday, noon
afadhali better
  afadhali sana much better
Afrika ya Kusini South Africa
  -a Afrika ya Kusini South
  African
Afrika ya Mashariki East
  Africa
  -a Afrika ya Mashariki East
  African
afya health
  afya! bless you!
  -a afya healthy
agiza order
agizo message; order
Agosti August
ahadi promise (noun)
ahidi promise (verb)
ah si kitu don't mention it
aibu shame
aina sort, kind, type; make
  aina nyingine ya ... another
  sort of ...
aiskrimu ice cream
aiskrimu kijitini ice lolly
ajabu: -a ajabu extraordinary;
  weird, funny; fantastic
ajali accident

kumetokea ajali there's been
  an accident
akauti ya benki bank account
-ake his; her; hers; its
  kwa ajili yake for him; for
  her
  ni yake that's his/hers
akiba deposit (as security)
-ako your; yours (sing)
alaa! I see!, I understand!
alama sign
alama ya kuongoza road sign
alamsiki (T) good night
alasiri afternoon
  leo alasiri this afternoon
alfajiri dawn
Alhamisi Thursday
alika invite
alikuwa he/she was
alikuwa na he/she had
almasi diamond
ama ... au ... either ... or ...
amana deposit (as security)
amani peace
  -a amani peaceful
ambia tell
ambukizo infection
ambulensi ambulance
ametoka he's/she's out
amini believe
aminifu honest
amka get up (after sleep)
amsha wake
amua decide
ana he/she has
anaitwa ... he/she is called ...
anasa luxury
  -a anasa luxurious; posh
anataka ... he/she wants to ...

anaweza ...? could he/she ...?

andazi sweet pastry

andika write; spell

andikisha check in; reserve

angalau at least

angalia! watch out!, look out!

angavu clear

-angu my; mine

anguka fall

angusha knock over

anwani address
  anwani yako ni wapi? what's
  your address?

anwani ya kupelekea barua
  forwarding address

anza begin, start

-ao their; theirs

aprikoti apricot

Aprili April

arobaini forty

arusi wedding

asali honey

asante thank you, thanks (said
  to one person)
  asante sana thank you very
  much

asanteni thank you, thanks
  (said to more than one person)

asilimia per cent

asiyekula nyama vegetarian

asiye na kazi unemployed

askari policeman; security
  guard

askofu bishop

asubuhi morning
  saa moja asubuhi at seven
  am
  asubuhi mapema early in the
  morning

ati kweli? really?

au or

azima borrow; lend

B

baada ya after
  baada ya chakula cha mchana
  after lunch

baada ya hapo then, after that

baada ya saa sita mchana pm

baadaye afterwards, later,
  later on

baba dad, father

baba mdogo uncle (father's
  younger brother)

baba mkubwa uncle (father's
  elder brother)

baba mkwe father-in-law

babu grandfather

badala ya instead
  badala ya ... instead of ...

badili vary

badilisha change; cash
  badilisha huko ... change at ...

bado still; not yet

bafta cotton

bafu bathroom; bathtub
  -enye bafu ya faragha with a
  private bathroom

bafu la binafsi private
  bathroom

bahari sea
  karibu na bahari by the sea

Bahari ya Hindi Indian Ocean

bahasha envelope

bahasha za barua za ndege
  airmail envelope

bahashishi (T) tip, gratuity

bahati luck
  bahati njema! good luck!
baina ya between
bakshishi tip, gratuity
bakuli dish, bowl
balozi ambassador
balungi grapefruit
bamba la namba ya gari
  number plate
bamia okra, lady's fingers
bampa la gari bumper, (US)
  fender
banda shack; any kind of hut,
  usually round and thatched;
  barn; shed
bandari harbour, port
bandia fake
bangi bhang, cannabis; hemp
bangili bracelet
bango la tangazo poster
bao lenye tanga sailboard
barabara main road;
  motorway, (US) freeway,
  (US) highway; avenue
barabara kuu main road
barafu ice
  na barafu with ice
  pamoja na barafu with ice, on
  the rocks
baridi cold; fresh
baridi kali frost
baridi kidogo cool
barua letter; letters; post, mail
barua za ndege airmail
barua zitumwazo kikawaida
  surface mail, overland mail
basi bus; enough
basi dogo minibus
basi la uwanja wa ndege

  airport bus
bastola pistol
bata duck (bird)
bata bukini goose (bird)
bawabu doorman; porter;
  night porter
-baya bad; ugly; rubbish
-baya kabisa worst
-baya sana dreadful, terrible
-baya zaidi worse
  ni mbaya zaidi it's worse
beba carry
bega shoulder
begi bag; suitcase
behewa carriage,
  compartment
behewa la bafe (katika treni)
  buffet car
behewa la chakula restaurant
  car
behewa la kulala sleeping car
behewa la wasiovuta sigara
  non-smoking compartment
bei price
  bei gani ...? how much ...?
  ni bei gani? how much does
  it cost?
  hii bei gani? how much is
  this?
  bei ni ghali sana the price is
  too high
bendera flag
bendi, beni band (musical)
benki bank
beseni la kunawia washhand
  basin
Bi Miss; Ms
bia (T) beer
biashara business

Bibi Madam; Mrs; Miss; Ms
bibi grandmother; lady
bidhaa goods
bidi should
bila without
bila kuchelewa at once,
  immediately
bila kukawia immediately
bila shaka certainly, definitely
bila ya without
  bila ya bafu without a
  bathroom
bila ya shaka of course
  bila ya shaka sivyo of course
  not
bili bill, (US) check
bima insurance
bima ya gari third party
  insurance
binafsi: -a binafsi private;
  personal
binamu cousin
biri cigar
birika kettle
biringani aubergine, eggplant
biskuti biscuit(s), cookie(s);
  cracker(s)
biya (K) beer
bolpeni ballpoint pen
boma fort or defensive
  stockade; village
bomba pipe (for water)
bomu bomb
bonde valley
boneti bonnet (of car), (US)
  hood
bora kabisa best; excellent,
  super
bora zaidi better; a better one

boriti mangrove poles, used on
  the coast for building
boti boat
breki ya mkono handbrake
buibui spider; black cloak and
  scarf of Swahili women
buli teapot
bunda parcel
bunduki rifle
bunge parliament
bure free (of charge)
burudani la muziki concert
bustani garden; park
bustani ya wanyama zoo
busu kiss
buti boot (of car), (US) trunk
Bwana Sir; Mr
bwawa pool
bwawa la kuogelea swimming
  pool
bwawa la watoto children's
  pool
bweha jackal
bweha masikio bat-eared fox
bweni dormitory

CH

chache a few; hardly
  siku chache a few days
  ... chache a couple of ...
-chache few
  watu wachache a few people
-chafu dirty, filthy
chafuka polluted
chafya sneeze
chagua choose
chai tea; tip; bribe
chakula food; meal; dish

chakula cha asubuhi breakfast
chakula cha jioni evening meal,
  supper
chakula cha mchana lunch
chakula cha watoto wachanga
  baby food
chakula kikuu cha siku dinner,
  evening meal
chakula maalumu diet
chakula muhimu main course
chama party, group
chandarua mosquito net
-changamfu lively
chanja ya gari roof rack
chanja ya kuchomea nyama grill
chapa make, brand
chatu python
chaza oyster
cheka laugh
cheki cheque; check
cheki ya safari traveller's
  cheque
chelewa late
chemchemi spring; fountain
chemchemi ya maji ya moto hot
  spring
chenji change
chenza tangerine
cheti cha kupatia dawa
  prescription
chewa rock cod
cheza play
chini down; under; below;
  downstairs; ground
  chini ya under, less than
  chini ya ... at the bottom
  of ...
  -a chini low
chipsi chips, French fries

chizi cheese
choka be tired
-choka tired
-choka kabisa exhausted
chokoleti kahawia plain
  chocolate
chokoleti ya maziwa milk
  chocolate
choma roast
chombo boat, ship
choo (K) toilet, bathroom, rest
  room
choo cha wanaume gents'
  toilet, men's room
choo cha wanawake ladies'
  toilet, ladies' room
choroa oryx
choshwa bored
chubuka bruise
chui leopard
chukia hate
chukua take; lead; collect;
  pick up; carry
  chukua tafadhali please
  keep it
chumba room; cabin
chumba cha hoteli hotel room
chumba cha kulala bedroom
chumba cha kulia dining
  room
chumba cha mtu mmoja single
  room
chumba cha watu wawili
  double room; twin room
chumba chenye bafu room with
  bathroom
chumvi salt
chungu bitter
chungwa orange

chuo college
chuo kikuu university
chupa bottle; jug
  chupa moja ya biya a bottle
  of beer
chupi knickers, panties; pants,
  underpants

D

dada sister
daftari notebook
daiwa owe
dakika minute(s)
daktari doctor
daktari wa meno dentist
daladala (T) shared taxi,
  minibus
damu blood
danganya cheat
danganywa be cheated
  nimedananywa I have been
  cheated
dansi dance
  ungependa kucheza dansi?
  would you like to dance?
daraja bridge (over river)
dari ceiling
darubini binoculars; telescope
darzeni dozen
dawa medicine
dawa ya kikohozi cough
  medicine
dawa ya kufukuza mbu
  mosquito repellent
dawa ya kujikinga na wadudu
  insect repellent
dawa ya kusafisha macho eye
  drops

dawa ya mafua antihistamine
dawa ya maumivu painkillers
dawa ya mbu mosquito coil
dawa ya meno toothpaste
dazeni dozen
dengu chickpeas
dereva driver
dereva wa teksi taxi-driver
Desemba December
deski la keshia cash desk, till
dhahabu gold
dhahiri clear, obvious
dhaifu weak
dhamana guarantee
dharura emergency
dhidi ya against
dhoruba storm
dini religion
dira compass
dirisha window
  dirisha la duka shop window
  dirishani in the window
dobi laundryman, laundress;
  dry-cleaner
-dogo less; small
-dogo sana tiny
dondoo steinbok
duara circle
duka shop, store
duka la chai tea shop
duka la dawa chemist's,
  pharmacy
duka la keki cake shop
duka la kutengeneza viatu
  heelbar
duka la magazeti newsagent's
duka la mboga na matunda
  greengrocer's
duka la mikate na keki bakery

duka la nyama butcher's
duka la sanaa craft shop
duka la vifaa hardware shop
duka la vitabu bookshop,
  bookstore
duka la vitu anuai department
  store
duka la vitu vya kizamani
  antique shop
duka la vitu vya zawadi gift
  shop
duka la vyakula food shop,
  food store, grocer's
duka la vyakula tayari
  delicatessen
duka liuzalo vitu bila ushuru
  duty-free shop
duma cheetah
dunia world

E

egesha park
ehaa excuse me
eh samahani? sorry?, pardon
  (me)?
-ekundu red
elewa understand
eleza explain
elezea explain
elfu thousand
-embamba narrow; thin
embe mango
-enda go
endeleza vyema improve
endesha drive
eneo area
eneo karibu na bahari seafront
eneo la kujipatia mizigo

baggage claim
eneo la maduka shopping area
-enu your; yours (pl)
epul apple
-etu our; ours
-eupe white
-eusi black
eyakandishan air-conditioner

F

faida profit
familia family
fanya do; make
fanya haraka! hurry up!
faragha secluded; privacy
farasi horse
farasi mdogo pony
fariki die
faru rhinoceros
fasaha fluent
fasiri translate; interpret
Februari February
fedha silver
fenesi jackfruit – large melon-
  shaped fruit with thick
  green skin and yellow flesh
feni fan (electrical)
ficha hide
figo kidney
figili (T) celery; radish leaves
fika arrive (people)
fikiri think
filamu film; movie
filamu ya rangi colour film
fisi hyena
fisi maji otter
flaiti flight
flaiti ya kuendeleza safari

connecting flight
fleti flat, apartment
fomu form (document)
Forodha Customs
foronya pillow case
fuata follow
fuko la kulalia sleeping bag
fulana sweatshirt; T-shirt;
vest, undershirt
fundi mechanic; craftsman
fundi umeme electrician
fundi wa mifereji plumber
fundi wa viatu shoe repairer
funga close, shut; lock ;
wrap
funga pamoja pack
fungate honeymoon
fungia ndani lock in
fungo civet
fungua open; unlock
fungua mizigo unpack
funo duiker
-fupi brief, short
furaha pleasure; fun
-enye furaha glad
-a furaha happy
ni furaha yangu my
pleasure
furaha kwa siku ya kuzaliwa!
happy birthday!
furaha ya Krismasi! Merry
Christmas!
furaha ya Mwaka Mpya! Happy
New Year!
furahia enjoy
furahika glad, pleased
fursa opportunity
futa cancel
futi foot (measurement)

G

gani which
... -a namna gani? what sort
of ...?
gari car; vehicle
gari limeharibika the car has
broken down
gari la automatik automatic
gari la kukodi rented car
gari la mizigo van
gari la wagonjwa ambulance
gati jetty
gazeti newspaper; magazine
genge cliff
-geni foreign; funny, odd,
strange
gereza prison
gesi gas
gesi ya kutumia kambini
camping gas
-geuka rangi kwa jua suntanned
geuza njia turn off (the road etc)
ghali expensive
gharimu cost
ghorofa flat, apartment; floor,
storey
ghorofa ya chini ground floor,
(US) first floor
ghorofa ya juu kabisa top floor
ghorofa ya kwanza first floor,
(US) second floor
ghuba bay
gilasi glass
giligilani coriander
giza darkness
glasi glass
godoro mattress
gofu golf; ruin

gonga knock
-gonjwa ill, sick
goti knee
gudulia jar
-gumu hard
gundi gum, glue
gurudumu wheel
gwaride parade

H

h- this; these
ha- present negative marker
  for 'he/she' – he/she
  doesn't ...
habari information; news
  habari? how are things?
  habari gani? what's
  happening?, what's the
  news?
  habari zako? what about
  yourself?, how about you?
habari za alasiri good
  afternoon
habari za asubuhi good
  morning
habari za jioni good evening
hadhari: -enye hadhari careful
hadi to
hadithi story
hafifu poor (quality)
hai- negative present
  continuous tense marker
  (sing)
haidhuru it doesn't matter
haifai kitu it's no good
haifanyi kazi it's not working
haiko ... there isn't any ...
haikupikika vyema

undercooked
hainiudhi it doesn't bother me
haitoshi there's not enough
haja need
hajihisi vizuri he's/she's not
  well
haki: -a haki fair, just
haki- negative past tense
  marker (sing)
hakika certainly; sure
hakuna ... there isn't any ...;
  there aren't any ...
hakuna kitu nothing
hakuna mtu nobody
hakuna njia no entry
hakuna zaidi nothing else
hakuwa na he/she had not
hali- negative tense marker
  (sing)
halisi real, genuine
hali ya hewa weather;
  temperature
haluli laxative
ham- negative marker for
  'you' (pl)
hama move
hamaki: -enye hamaki angry
hamjambo? how are you? (pl)
hamkuwa na you had not (pl)
hamna you have not (pl)
hamsini fifty
hana she/he has not
hanithi gay
hankachifu ya karatasi paper
  handkerchief
hapa here; right here
hapa chini down here
hapana no; not
  hapana, ile no, that one

hapana asante no thanks

hapana kitu none

hapana ruhusa no entry; not
allowed

hapa tu just here

hapo zamani in the past

haradali mustard

haraka urgent; haste; quick,
fast

  kwa haraka hastily; quickly

  -a haraka fast; express (mail)

harakisha hurry

harambee (K) local
fund-raising gatherings
(literally: 'pull together')

-haribika damaged; broken
down

haribu damage

hariri silk

harufu smell

harusi wedding

hasa! exactly!

hasara loss

hata even

  hata chembe hardly ever

  hata ikiwa ... even if ...

  hata kidogo not in the least

hatari emergency; danger

  -a hatari serious; risky

  -enye hatari dangerous

hatu- negative marker for 'we'

hatujambo we're fine

hatukuwa na we had not

hatuna we have not

hau- negative tense marker
(sing)

havi- negative tense marker
(pl)

hawa these (referring to people)

hawa- negative marker for
'they'

hawakuwa na they had not

hawana they have not

hawezi ... he/she can't ...

haya these

haya- negative tense marker

haya chukua here you are,
there you are (offering
something)

haya, sawa OK, it's a deal

hazi- negative tense
marker (pl)

hebu nipishe excuse me (let me
through)

hema tent

herini earrings

heri za Krismasi! Merry
Christmas!

hesabu bill

heti hat

hewa air

hii this; this one

  ni hii this one

hii hapa ... here is ...

hii ni ...? is this ...?

hii siyo treni itakiwayo this is
the wrong train

hii ya nani? whose is this?

hiki this

hili this

hiliki cardamom

hisi feel

Hispania Spain

  -a Hispania Spanish

hitaji need

hivi these (referring to things)

hivi karibuni recently; the other
day

hiyo: hiyo nini? what's that?
  hiyo nyingine the other one
hizi these
hizi hapa ... here are ...
hodari clever
hodi! hello, anyone in?
homa temperature
homa ya mafua flu
homa ya manjano yellow fever;
  hepatitis
homa ya matumboni typhoid
hongera! congratulations!;
  well done!
hosteli ya vijana youth hostel
hoteli café, (small) restaurant;
  hotel
hu- negative marker for 'you'
  (sing)
hudhurungi tan, light brown
huduma ya daktari kwa ndege
  flying doctor
huduma ya kwanza first aid
huduma ya magari yaharibikayo
  breakdown service
huduma ya maulizo kwa simu
  directory enquiries
huduma ya vyumbani room
  service
hujambo hello; how do you
  do?; how are you?
huko up there
huku over here
hukuwa na you had not (sing)
huna you have not (sing)
hundi cheque, (US) check
hundi za posta postal orders
huru free
huruma pity
hususan especially

huu this
huyu this (person)
  huyu mke wangu this is my
  wife
huzuni: -a huzuni sad

I

i- subject/object marker; it
iba steal
ibia rob
idadi amount
idara department
idara ya majeruhi casualty
  department
iendayo kasi express (train)
ifikapo when it arrives
Ijumaa Friday
Ijumaa Kuu Good Friday
ikiwa if
iko ... there is ...
  iko wapi? where is it?
ikulu (T) state house (of the
  president)
ikweta the equator
ila except
ilani notice
ile that; that one
ilifurahisha it was fun
iliki cardamom
ilikuwa it was
iliokwishatumika second-hand
iliyochomwa grilled
iliyoiva kidogo underdone (meat)
iliyoiva vyema well-done (meat)
iliyokaangwa fried
iliyopita: saa moja iliyopita an
  hour ago
  wiki iliyopita a week ago

ljumaa iliyopita last Friday
imba sing
imeandikwa na ... written by ...
imefungwa closed; it's locked
imeharibika out of order
imejaa ... it's full of ...
imekwama it's jammed, it's stuck
imemalizika it's over
imepotea it's disappeared
i-moto warm; hot
inabana tight
ina dosari faulty
inaitwaje? what's it called?
inakirihisha disgusting
inakubidi ... you should ...
inanibidi I must
inanuka it smells, it stinks
inanukia it smells nice
inaruhusiwa? is it allowed?
inashangaza amazing, surprising
inasikitisha disappointing; it's a pity
inasikitisha! what a shame!
inategemea it depends
inategemea juu ya ... it depends on ...
inatosha that's enough
inatosha sana, asante that's plenty, thanks
inatumika engaged, occupied
inatupasa kuondoka we've got to leave
inauma it's sore
inauzwa for sale
inavutia attractive
inavutia sana that's very interesting

inayokabili opposite
ingawa although
-ingi much; a lot of
ingia come in; go in; get in, arrive
ingine more; another
-ingine other; another; else; next
ini liver (in body)
inshalla if God wills it
ipendwayo na wengi popular
ipi? which one?
ishi live (verb)
ishirini twenty
isio ghali inexpensive; less expensive
isio na marembo plain, not patterned
isio ya kileo non-alcoholic
isio ya kisasa unfashionable
isiozidi less than
isiyolipiwa ushuru duty-free goods
isiyo na lead unleaded petrol
isiyopikika sana medium-rare; rare
isiyo tamu dry (wine)
isiyo tamu sana medium-dry
isiyo ya kawaida unusual, rare
ita call

J

-ja- perfect tense negative marker – has not yet ..., have not yet ...
jabali rock
jagi jug; vase
jaketi jacket, (US) coat

jali mind, heed
jalidi frost
jamaa relative
jamala: ni jamala sana that's
  very kind
jambo matter
jamu jam
jana yesterday
jana asubuhi yesterday
  morning
jana usiku last night
jani leaf
Januari January
jaribu try; try on
jasusi spy
jawabu answer, reply
jaza fill in; fill up
je indicates a question
jeketi-okozi life jacket
jela prison
jenga build
jengo building
jengo la ukumbusho monument
je ni ...? is it ...?
je ni sawa? is that OK?
jeuri rude
je vipi! hey!
  je vipi? how is life?
jibini cheese
jicho eye
jifungia nje lock out
jifunza learn
jihadhari! watch out!
jiko cooker; kitchen
jina name
  jina lako nani? what's your
    name?
  jina langu ... my name is ...
  jina ni nani ...? the name

was ...?
jina la kwanza first name
jina la ubatizo Christian name
jina la ukoo maiden name;
  surname
jino tooth
jinsia sex
jinzi jeans
jioni evening
  leo jioni this evening
jirani neighbour
jiwe stone
jodari tuna
joko oven
joto heat; hot
  joto sana much hotter; too
    hot
  -enye joto warm
jozi pair
  jozi ya viatu a pair of shoes
jua know; sun
  -a jua sunny
  kuna jua it's sunny
jua kali (K) open-air car
  repairer's yard or small
  workshop
juisi ya balungi grapefruit juice
juisi ya machungwa freshi fresh
  orange juice
juisi ya machungwa safi fresh
  orange juice
juisi ya nyanya tomato juice
jukwaa platform, (US) track
Julai July
julisha introduce
Jumamosi Saturday
Jumanne Tuesday
Jumapili Sunday
Jumatano Wednesday

Jumatatu Monday
jumba la makumbusho museum
jumba la mfalme palace
jumba la sanaa art gallery
jumba lenye fleti apartment
  block
jumla amount; total
  -a jumla general
Juni June
juu at the top; above; up;
  upstairs; top
-juu high
juu chini upside down
juu ya on; over, above
  juu ya ... on top of ...
juzi the day before yesterday

K

kaa crab; stay; sit
kaa kitako sit down
kabati cupboard; locker
kabeji cabbage
kabichi cabbage
kabisa completely; absolutely;
  extremely; quite
  sawa kabisa that's quite right
  -a karibuni kabisa latest
kabla before
kabrasha (T) brochure
kaburi tomb
kadhaa several
kadi card
kadi ya bima ya gari green card
  (car insurance)
kadi ya kuthibitisha cheki
  cheque card
kadi ya malipo credit card;
  charge card

kadi ya simu phonecard
kagua check
kahawa coffee
kahawa isiyokuwa na kafeini
  decaffeinated coffee
kahawa ya kuchujwa filter
  coffee
kahawa ya unga instant coffee
kahawia brown; beige
kakao cocoa
kalamu pen
kali strong; sharp; hot, spicy;
  sour
kama if; like; as; the same
  kwa haraka kama
  iwezekanavyo as soon as
  possible
  ni kubwa kama as big as
  kama hii the same as this
kamandegere springhare
kamari gambling
kamata catch
kamba lobster; prawn(s); rope
kamba wadogo shrimp(s)
kamba wakubwa lobster
kamba ya kuanikia nguo clothes
  line
kambi campsite
kamilifu perfect
kampeni election campaign
kampuni company, business
kampuni ya utalii tour operator
kamusi dictionary
kamwe never
kandanda football
kando ya ... beside the ...
kanga printed cotton sheet
  used as a wrap
kangaja clementine

kanisa church; cathedral
kanu genet
karafuu cloves
karanga peanuts; ground nuts;
  (K) beef stew
karatasi paper
karatasi ya kuandikia writing
  paper, notepaper
karatasi ya kufungia vitu
  wrapping paper
karatasi yenye matangazo
  leaflet
karatasi za chooni toilet paper
karibu almost; near; nearly;
  come in, enter; welcome;
  you're welcome
  karibu wakati wote nearly all
  of the time
karibu kwa ... welcome to ...
karibu na next to; near; nearby
  karibu na bahari by the sea
karimu kind, generous
kasa robo quarter to
kasia oar; oribi
kasirika angry
kasisi priest
kaskazini north
  -a kaskazini northern
  kaskazini ya Zanzibar north of
  Zanzibar
kaskazini magharibi northwest
kaskazini mashariki northeast
kata cut
kata shauri decide
kati middle
  -a kati the middle one
  kati ya usiku in the middle of
  the night
katika in; into; out of

katika gari langu in my car
katika majira ya baridi in the
  winter
katika ndege on the plane
katikati centre; in the middle
  -a katikati central
katikati ya mji city centre
kaunta ya keshia cash desk
kausha kwa blowa blow-dry
kavu dry
kawaida custom
  -a kawaida usual; normal;
  natural; ordinary; fresh
kazi job; work
KBC Kenya Broadcasting
  Corporation
kebeji cabbage
kelele noise
  -a kelele noisy
kesho tomorrow
kesho alasiri tomorrow
  afternoon
kesho asubuhi tomorrow
  morning
kesho kutwa the day after
  tomorrow
-ki- object marker; it
kiafrika African
Kiafrika: -a Kiafrika African
kiangazi dry season
kianzio appetizer, starter
kiasi about; quite, fairly; rate
  (for changing money)
  -a kiasi reasonable
kiasi cha about, approximately
  kiasi cha nusu about half that
kiatu shoe; boot
kiazi potato
kibali permit; official

permission
kibanda hut
kibanda cha kuuza bidhaa kiosk
kibanda cha kuuzia magazeti newspaper kiosk
kibanda cha simu payphone; phone box
kibanio clothes peg
kibao saddle (for bike)
kibebea mtoto carry-cot
kibebea mtoto mchanga cot
Kibelgiji: -a Kibelgiji Belgian
kibiriti matches
    una kibiriti? do you have a light?
kiboko hippopotamus
kichefuchefu nausea
kichekesho joke
kichwa head
kidani necklace
kidevu chin
kidirisha kwenye paa sunroof
kidogo rather; least; little; some
    maziwa kidogo a little milk
    ni nzuri kidogo it's rather good
kidogo tu just a little
kidole finger
kidole cha mguu toe
kidole gumba thumb
kidonge cha kuzuia mimba pill
Kifaransa French (language)
    -a Kifaransa French (adj)
kifaru rhinoceros
kificha uso mask
kifiko destination
kifo death
kifua breast; bust; chest

kifugulia mkebe tin-opener, can-opener
kifundo cha mguu ankle
kifundo cha mkono wrist
kifungo button
kifungulia chupa bottle-opener
kifuniko lid; cap
kifurushi parcel, package
    kifurushi cha ... a pack of ...
kigae glass
Kiganda: -a Kiganda Ugandan
kigari cha mizigo luggage trolley
kigingi peg (for tent)
Kihabeshi: -a Kihabeshi Ethiopian
Kihindi: -a Kihindi Indian
Kiholanzi Dutch (language)
    -a Kiholanzi Dutch (adj)
kihori dinghy
Kiingereza English (language)
    -a Kiingereza English; British
kiingilio admission charge
Kiislamu: -a Kiislamu Islamic; Muslim
Kiithiopia: -a Kiithiopia Ethiopian
kijana teenager; youth; young
kijani green
kijani hafifu light green
kijazo filling (in tooth)
kijazo cha jino crown (on tooth)
Kijerumani German (language)
    -a Kijerumani German (adj)
kijiji village
kijiko spoon
kijiko cha chai teaspoon
kijitabu cha cheki cheque book

kikaango frying pan
kikapu basket
kikapu cha katani sisal basket
Kikatoliki: -a Kikatoliki Catholic
kikausha nywele hairdryer
kikingamimba contraceptive
kiko pipe (for smoking)
kikoba wallet
kikohozi cough
kikoi brightly coloured woven
  cloth
kikombe cup
kikombe kikubwa mug
kikomo cha spidi speed limit
kikuku bracelet
kikumbusho souvenir
kikundi group
kila every; per
kilabu club
kilainisha nywele conditioner
kila kitu everything
kila mahali everywhere
kila moja each
kila mtu everyone
kila siku every day, daily
kilasi ya kwanza first-class
kilasi ya pili second-class
kilasi ya tatu third-class
kila usiku per night
kile that
kileo alcohol
kilima hill
kima monkey
kima cha kubadilishia sarafu
  exchange rate
kimaliziamlo sweet, dessert
kimalizio sweet, dessert
kimanda omelette
kimanjano: -a kimanjano yellow

Kimarekani: -a Kimarekani
  American
kimataifa: -a kimataifa
  international
kimbia run
kimo height (of person)
kimojawapo either of them
kimya quiet; silence
kina: -enye kina deep
  kina kifupi shallow
kinga protection factor
king'ora cha moto fire alarm
kinyago carving
kinyozi barber's, men's
  hairdresser's
kinywa mouth
kinywaji non-alcoholic drink
kinywaji baridi cold drink
kiondoa harufu mbaya
  deodorant
kiongoza njia signpost
kioo glass; mirror
kioo cha kutazamia nyuma
  rearview mirror
kioo cha mbele garini
  windscreen
kipande piece
  kipande cha ... a piece of ...
kipandio step, rung
kipenzi favourite
kipete cha ufunguo keyring
kipimajoto thermometer
kipindupindu cholera
kipira ball
kipofu blind
kipunguzo cha bei discount
kirafiki friendly
kirekebisha hewa air-
  conditioning

kiroboto flea

kisahani saucer; small plate

kisasa: -a kisasa modern, up-to-date

kisigino heel

kisiwa island

Kisomali: -a Kisomali Somali

kisu knife

kisu cha kukunja penknife

kisugudi elbow

kitabu book

kitabu cha anwani address book

kitabu cha kumbukumbu diary

kitabu cha simu phone book

kitaifa: -a kitaifa national

Kitaliana Italian (language)

kitambaa cloth

kitambaa cha sufu jersey

kitana comb

kitanda bed; bunk; berth

kitanda cha mtu mmoja single bed

kitanda cha watu wawili double bed

kitanda katika treni couchette

kitangulizi in advance

Kitanzania: -a Kitanzania Tanzanian

kiti chair; seat

kiti hiki kina mtu? is this seat taken?

kiti cha dirishani window seat

kiti cha kujinyoshea deckchair

kiti cha kuotea jua sun lounger

kiti cha ujiani aisle seat

kitindamlo dessert

kitoto small child, infant

kitu something; thing

kitu cha kula something to eat

kitu cha kizamani antique

kitu cha kuchezea toy

kitu chochote anything

kitu chochote kingine? anything else?

kitu kingine something else

kitundikia nguo coathanger

kitunguu onion(s)

kitunguu saumu, kitunguu thomu garlic

kituo cha basi bus stop

kituo cha mabasi bus station

kituo cha mapumziko stopover

kituo cha petroli petrol station, (US) gas station; service station

kituo cha teksi taxi rank, taxi stand

kiu thirst

kiuavijasumu antibiotics

kiunga suburb

kiungulia indigestion

kiuno waist

kivuli shade

kivulini in the shade

kivutia hewa majini snorkel

kiwanda omelette; factory

kiwanja cha michezo playground

kiwashia sigara cigarette lighter

kiwiko elbow

Kiyahudi: -a Kiyahudi Jewish

kiyoyozi air-conditioning

kizibao waistcoat

kizibo cork; cap; plug

kizibuo corkscrew

kizima moto fire
extinguisher
kiziwi deaf
kizuia ugandaji antifreeze
kizungu: -a kizungu European
kizuri nice
klabu club
klabu ya burudani nightclub
-ko indicates indefinite
location
yuko ndani? is he in?
kochi couch, sofa
kode code
kode ya simu dialling code
kodi hire; rent
kodisha (K) hire
kofia cap; hat
komamanga pomegranate
komba bushbaby
kome mussels
kona turning; corner
kongoni hartebeest
koo throat
kopo (K) tin, can
kopo la petroli petrol can, (US)
gas can
korongo roan antelope; crane
(on coast)
korosho cashew nuts
kosa mistake, error; fault
-kosa miss
krimu cream
krimu ya kuhifadhi ngozi
sunblock
krimu ya kunyesea ngozi
moisturizer
krimu ya kunyolea shaving
foam
Krismasi Christmas

krispu crisps, (US) (potato)
chips
ku- marker added to the verb
to form the infinitive
-ku- negative past tense
marker
kuambukiza: -enye kuambukiza
infectious
kuamsha kwa simu wake-up
call
kuathiriwa na jua sunstroke
kubabuka kwa jua sunburn
kubadilisha pesa exchange
currency; currency
exchange
kubali accept; agree
-kubwa big, large
-kubwa sana enormous; too
big
-kubwa zaidi a lot bigger
kuchanja vaccination
kuchekesha: -a kuchekesha
funny, amusing
kuchekwa: -a kuchekwa
ridiculous
kuchemsha: -a kuchemsha
boiled
kucheza dansi dance
kuchoma: -a kuchoma grilled
kuchosha: -enye kuchosha
boring
kuchwa kwa jua sunset
kudhurika kwa chakula food
poisoning
kuelekea direction; towards
kuelekea kulia to the right
kuendesha chelezo rafting
kuendesha mtumbwi
canoeing

kufaa to be useful
 -a kufaa valuable
 -enye kufaa convenient;
 useful
kufanana: -a kufanana typical
kufika arrival
kufuli lock
kuharibika breakdown
kuharisha diarrhoea
kuhusu about, concerning
kuigiza: -a kuigiza imitation
kuingia entrance
kuingia hedhi period
 (menstruation)
kuingia mapangoni caving
kuingia mwezi period
 (menstruation)
kuja to come; to come back
kujiandikisha check-in
kujifurahisha enjoy oneself
kujihudumia mwenyewe self-
 service
kujogi go jogging
kukaanga: -a kukaanga fried
kukata nywele haircut
kukatika kwa umeme power cut
kukawia delay
kuku chicken
kula eat
kulala na chakula cha asubuhi
 bed and breakfast
kulastara heron
kule there; over there
 kule juu up there
kulevya: -enye kulevya
 alcoholic
kulia right (not left)
kuliko than; more than
 kuliko -ote the most

ndogo kuliko smaller than
kumbuka remember
kumetanda mawingu cloudy
kumetokea nini? what has
 happened?
kumi ten
kumradhi excuse me, sorry
kuna ... there is ...; there are ...
 kuna makosa gani? what's
 wrong?
 kuna nini? what's the
 matter?, what's wrong?
kunajisi rape
kunde cow peas
kundi crowd
kundi la wanyama herd
kunradhi excuse me, sorry
kunywa drink
kuomba radhi apology
kuona sight
kuondoka departure
kuosha vyombo do the
 washing-up
kupanda riding
kupanda baisikeli cycling
kupanda bao lenye tanga
 sailboarding
kupanda chelezo cha tanga
 windsurfing
kupanda farasi horse riding
kupanda milima
 mountaineering
kuparamia milima climbing
kupatana bargaining
kupeleka faksi fax
kupendeza: -a kupendeza
 pleasant
kupinda bend
 -enye kupinda winding

kupiga kambi camp
kupiga mbizi diving
kupiga simu phone
kupitia through; via
kurejeshewa pesa refund
kuro, kuru waterbuck
kuruba bend (in road)
kurudi to go back
kusafisha filamu film
  processing
kusanya collect
kushangaza: -enye kushangaza
  astonishing
kushoto left; on the left; to the
  left
  njia ijayo kushoto the next
  street on the left
kusini south
  -a kusini southern
kusini magharibi southwest
kusini mashariki southeast
kusisimua: -a kusisimua
  exciting
kusokotwa tumbo upset
  stomach
kusumbua: -enye kusumbua
  annoying
kutafsiri translation
kutana meet
kuteleza: -enye kuteleza
  slippery
kutembea walking
kutembelea sightseeing
kutisha: -a kutisha horrible
kutoelewana misunderstanding
kutoka from; exit
kutokosa: -a kutokosa boiled
kutopata choo constipation
kutoridhishwa disappointed

kutosha: -a kutosha enough
kuukuu old
kuumiza: -enye kuumiza painful
kuumwa na mdudu insect bite
kuvua samaki fishing
kuvuka across; crossing
kuvuka njia across the road
kuvutia: -a kuvutia impressive
kuwa be
kuwa na to have
kuwasili arrival
kuwekesha reservation
kuzamia mbizi snorkelling;
  skin diving
kwa by; to; for
  kwa basi/gari by bus/car
  kwa treni by train
  kwa Maisara at Maisara's
  kwa Kiingereza in English
  kwa Kiswahili in Swahili
  kwa ... iwezekanavyo as ... as
  possible
kwa afya yako! cheers!
kwa bahati nzuri fortunately
kwa dobi laundry (place)
kwa ghafula suddenly
kwa heri goodbye, cheerio (said
  to one person)
kwa herini goodbye, cheerio
  (said to more than one person)
kwa jumla general
kwa kawaida mostly
kwake to him/her; at his/her
  place
kwa kiasi fairly
kwa kiasi tu so-so
kwako at your place
kwa kweli really
kwama stuck, jammed

kwa makusudi deliberately

kwa matumainio hopefully

kwa miguu on foot, walking

kwa nini? why?

   kwa nini isiwe hivyo? why not?

kwanza first; at first

   -a kwanza (the) first

kwa rejesta by registered mail

kwaruza scratch

kwa sababu because

   kwa sababu ya because of

kweli true

   ni kweli that's right

   -a kweli genuine

kwenda go

kwenda madukani shopping; go shopping

kwenye at; on

kwetu at our house

L

la eat; no

   la, bado no, not yet

   la asante no thanks

labda perhaps, maybe; probably

   labda sivyo perhaps not

ladha flavour; taste

la hasha certainly not

   la hasha! no way!; God forbid!

laini smooth, soft

laita cigarette lighter

lake his; her

lakini but

lala sleep; lie down

lalamika complain

lala salama good night (literally: sleep peacefully)

lazima necessary; must; have to

   ni lazima ni-...? do I have to ...?

   si lazima it's not necessary

-le that (further away)

   -le ni ...? is that ...?

leo today

   leo asubuhi this morning

   leo usiku tonight

leseni licence

leseni ya gari driving licence

leta bring; get, fetch

lewa be drunk

li- subject/object marker

-li- past tense marker

lia cry

lifti lift, elevator

likizo holiday, vacation

   likizoni on holiday, on vacation

likizo la kitaifa public holiday

liko wazi open

-likuwa was; were; had

lile that

limau lemon

limefungwa closed

lini? when?

-liobabuka kwa jua sunburnt

-liochacha stale

-liokauka dehydrated

-liokufa dead

-liolegea loose

-liovimba swollen

lipa pay

-lipasa got

losheni lotion, cream

losheni ya kujikinga na jua
   suntan lotion

lowa get wet, be soaked

lozi almond

lugha language

M

m- you (pl)

-m- him; her

maadini metal

maandazi doughnut

maanisha mean

mabasi buses

Machi March

macho eyes

machungwa oranges

madafu green coconuts

madawa ya kulevya drugs,
   narcotics

maegesho ya magari car park,
   parking lot

maelezo description;
   information

maembe mangoes

maendeleo progress,
   development

mafigo kidneys

mafua cold (illness)

mafuriko flood

mafuta oil

mafuta ya kujikinga na jua
   suntan oil

magari cars; vehicles

magari barabarani traffic

magari ya kukodi car rental

magendo corruption, bribery

magharibi west
   -a magharibi western

magofu ruins

mahali somewhere; place

mahali pa kubadilishia pesa
   bureau de change

mahali pa kukaa
   accommodation

mahali pa kukutania meeting
   place

mahali pa wenyeji local
   people's place (for example,
   market, bar or coffee shop where local
   people meet and chat)

mahali pengine somewhere
   else

maharag(w)e beans; red kidney
   beans

maharagwe ya kifaransa French
   beans

mahindi corn

maili mile

maili bila ya kikomo unlimited
   mileage

maini liver (food)

maisha life

majani grass

majarini margarine

maji water

maji baridi cold water

majimaji: -a majimaji wet; damp

majira ya baridi winter

majira ya chipuko spring

majira ya joto summer

majira ya mvua rainy season

majira ya pukutiko la majani
   autumn, (US) fall

maji ya balungi grapefruit
   juice

maji ya embe mango juice

maji ya kunywa drinking

water
maji ya kuosha washing water
maji ya machungwa orange juice
maji ya machungwa safi fresh orange juice
maji ya matunda fruit juice
maji ya mfereji tap water
maji ya moto hot water
maji ya mvuke distilled water
maji ya nanasi pineapple juice
maji ya soda mineral water
makabunini cemetery
makanika mechanic
makini sober
makome shellfish
makonde Tanzanian tribe
maktaba library
makusudio destination
makutano ya njia junction, intersection
makuti palm-leaf roof
malai cream
malalamiko complaint
malaya prostitute
malazi na chakula full board
malazi na chakula mara mbili half board
malhamu ointment
malipo charge
malipo kwa mpigiwa simu reverse charge call, collect call
malipo ya huduma service charge
maliza finish
mama mum, mother; Madam; Mrs; Miss; Ms
mama mdogo aunt (maternal)

mama mkwe mother-in-law
mamba crocodile
manamba 'turnboy' – ticket collector on Kenyan matatu minibuses
mandari picnic
mandhari view; scenery
manukato perfume
manyatta temporary cattle camp (Maasai)
manyunyu shower (of rain)
maonyesho exhibition
maonyesho ya biashara trade fair
mapafu lungs
mapambo ya vito jewellery
mapazia curtains
mapema early
mapenzi love
mapigano fight
mapokezi reception
maporomoko ya maji waterfall
mara time
  mara kwa mara frequent
  si mara nyingi not often
  mara mbili twice
  mara mbili zaidi twice as much
  mara tatu three times
  mara ya kwanza the first time
  mara ya mwisho last time
maradufu double
mara moja once (one time)
mara nyingi often
mara nyingine next time; sometimes
marashi maalumu ya nywele hair spray

Marekani the United States
mashariki east
  -a mashariki eastern
masharubu moustache
mashindano ya mbio race
mashine machine
mashine ya kufagilia vacuum
  cleaner
mashine ya kufulia washing
  machine
mashini ya kukaushia spin-
  dryer
mashini ya kunyolea shaver,
  electric razor
masikini poor; the poor;
  beggars
masomo ya lugha language
  course
mastafeli soursops – edible
  white-fleshed fruit with
  spiny skin and black seeds
matako bottom
matangazo broadcast
matata problems, hassles
matatanisho mix-up
matatu (K) shared pick-up
  taxi, minibus
matiti wazi topless
matopetope custard apples
matunda fruit
maulizo information desk
maumivu ache; pain
maumivu ya jino toothache
maumivu ya kichwa headache
maumivu ya koo sore throat
maumivu ya mgongo backache
maumivu ya sikio earache
maumivu ya tumbo
  stomachache

mawimbi wave
  -enye mawimbi curly
mawingu cloud
  -enye mawingu dull
mayai eggs
maziko, mazishi funeral
maziwa milk
maziwalala (K) yoghurt; sour
  milk
maziwa ya kuganda (T)
  yoghurt; sour milk
mazoezi practise
mbaazi pigeon peas
mbali far
  kwa mbali in the distance
mbalimbali separately
mbali na apart from
mbao wood (material)
mbatata potato(es)
mbaya nasty, horrible
  si mbaya not bad
mbaya sana awful, shocking;
  much worse
mbega colobus monkey
mbele front
mbele ya beyond; in front
  mbele ya hoteli in front of the
  hotel
mbele zaidi further
  mbele zaidi njiani it's further
  down the road
mbili two
mbingu sky
mboga vegetables
mbu mosquito
mbuga ya taifa national park
mbuga ya wanyama game
  park, reserve, wildlife park
mbuzi goat (animal)

mbwa dog

mbwa mkali! beware of the dog!

mbwa mwitu jackal

mchana daytime

mchana kutwa all day

mchanga sand

mchele rice (uncooked)

mchezaji maarufu film star

mchezo sport; game; play

mchezo wa kuigiza show (in theatre)

mchicha spinach

mchikichi palm tree

mchomo burn

mchoyo greedy

mchumba fiancé(e)

mchuzi curry; sauce; gravy

mdomo mouth

mdudu insect, bug

-me- perfect tense marker; verb tense marker indicating something that has just happened and is continuing

mechi game, match

mechi ya kandanda football match

Mei May

meli ship

kwa meli by ship

mende cockroach

meneja manager

meneja wa kike manageress

meno bandia dentures

menyu menu

menyu maalumu set menu

menyu ya chakula menu

-mepotea missing

metali metal

meza table(s)

mfalme king

mfano example

kwa mfano for example

mfarishi duvet

mfasiri translator

mfereji canal; tap, faucet

mfuko bag; carrier bag; pocket

mfupa bone

mgeni guest; foreigner; stranger

mgongano crash

mgongo back (of body)

mgonjwa sick person

mgonjwa wa kisukari diabetic

mguu foot; leg

mhanga aardvark; sacrifice

mhudumiaji waiter; waitress; steward

mhudumiaji wa kike stewardess; waitress

miadi appointment

mia moja hundred

midomo lips

miguu: kwa miguu on foot

miji towns

mila custom

-a mila traditional

miliki own; rule over

milimani in the mountains

mimi I; me

mimi ni I am

mimi pia me too

mindi duiker

minsi minced meat, ground meat

miongoni mwa among

mita metre
miti trees
miwani glasses, spectacles, eyeglasses
miwanilenzi contact lenses
miwani ya jua sunglasses
mizigo luggage, baggage
mizigo iliyozidi uzito excess baggage
mizigo ya mkononi hand luggage
mji city, town
  mjini in town
  mjini Nairobi in Nairobi
mji mkongwe (T) old town
mjinga idiot; stupid, thick
mji wa kale (K) old town
mjomba uncle (mother's brother)
mjukuu wa kike granddaughter
mjukuu wa kiume grandson
mkabala opposite
mkahawa small restaurant; tea shop, coffee shop, café
mkalimani interpreter
Mkanada Canadian
mkanda wa kujiokolea lifebelt
mkasi scissors
mkate bread; loaf; roll
mkate kahawia brown bread
mkate mweupe white bread
mkate wa brauni brown bread
mkate wa ngano (isiyokomolewa) wholemeal bread
mkato cut
mke wife
mkebe (T) tin, can
  mkebe wa biya a can of beer
mkeka wa kutumia pwani beach mat

Mkenya Kenyan
mkesha wa Krismasi Christmas Eve
mkesha wa Mwaka Mpya New Year's Eve
mkoa region
mkoba bag, handbag, (US) purse; briefcase
mkondo current (in water)
mkono arm; hand
mkono wa vazi sleeve
mkuki spear
mkutano conference; meeting
mkwe son-in-law; daughter-in-law
mlango door; gate; entrance
mlango wa dharura emergency exit
mlango wa kutokea exit
mlemavu disabled person
mlembe sanitary napkins/ towels
mlezi wa muda baby-sitter
mlikuwa na you had (pl)
mlima mountain
mlinzi caretaker
mlo course (meal)
mlolongo queue
Mmarekani American
mmea plant
mmilikaji owner
mna you have (pl)
mnamo: mnamo dakika mbili in two minutes
  mnamo siku mbili in two days' time
mnyama animal
-mo indicates inside location

moja one
-moja single
moja kwa moja direct;
  straight; straight ahead
mojawapo either
Mola God
mondo serval
moran man in the warrior age
  group of Maasai or
  Samburu
moshi smoke
moto fire; hot
  inawaka moto it's on fire
moyo heart
mpaka border; until
mpaka wapi? where to?
mpanda baisikeli cyclist
mpenzi wa kiume boyfriend
mpingo ebony
mpira ball; football; rubber
mpira wa tairi inner tube
mpishi cook
mpokeaji pensheni pensioner
mpokea wageni receptionist
Mprotestanati Protestant
mpwa wa kike niece
mpwa wa kiume nephew
mpya new; novel
mroho greedy
msaada help
  -a msaada helpful
msagaji lesbian
msalani (T) toilet, (US) rest
  room
msanii artist
msenge gay
mshoni tailor
mshtuo shock
mshumaa candle

msiba disaster
msichana girl
msikiti mosque
msitu forest, woods; jungle
msogamano wa magari traffic
  jam
mstaafu retired
mstari line
msumari nail (metal)
Msumbiji Mozambique
msusi hairdresser's (women's)
mswaki toothbrush
mtalaka divorcé(e)
mtalii tourist
mtama millet; sorghum
Mtanzania Tanzanian
mtayatisha nywele
  hairdresser's (women's)
mtembezaji watalii tour guide
mti tree
mtihani exam
mto pillow; cushion; river;
  stream
mtoto child, kid
mtoto mchanga baby
mtoto wa bandia doll
mtoto wa kike daughter
mtoto wa kiume son
mtu person; man; somebody,
  someone
mtumbwi canoe
mtumishi wa kike maid
mtu mzima adult
mtu yeyote anybody
muda period (of time); during
  kwa muda gani? how long?
muda mrefu a long time
muhanga aardvark
muhimu important; main;

essential, vital
ni muhimu it's important
ni muhimu kwamba ... it is
 essential that ...
si muhimu it's not important
muhogo cassava
muhula term
mume husband
mumunye courgette, zucchini
Mungu God
mung'unye courgette, zucchini
murram red or black clay soil;
 road
muuguzi nurse
muuza maua florist
muuza miwani optician
muuza samaki fishmonger's
muziki music
muziki wa kimila folk music
muziki wa kisasa pop music
mvinyo wine
mvinyo nyekundu red wine
mvinyo nyeupe white wine
mvua rain
 katika mvua in the rain
 mvua inanyesha it's raining
mvua ya radi thunderstorm
mvujo leak
mvulana boy
mvunjiko fracture
Mwafrika African
mwaka year
mwaka huu this year
Mwaka Mpya New Year
mwaliko invitation
mwalimu teacher
mwambie anipigie simu,
 tafadhali please ask him to
 call me

Mwamerika American
mwanafunzi student; beginner
mwanagenzi beginner
mwanamke woman
mwanamuziki musician
mwananchi person; national,
 citizen; peasant; worker
mwangalizi wa watoto child
 minder
mwanga wa jua sunshine
mwanzo beginning, start
mwanzoni at the beginning
mwasho itch
Mwaustralia Australian
mwavuli umbrella
mwavuli mkubwa sunshade
mwavuli wa kutumia pwani
 beach umbrella
mwembamba skinny
mwenye akili intelligent
mwenye haya shy
mwenye kifafa epileptic
mwenye mimba pregnant
mwenye nguvu strong
mwenye usingizi sleepy
mwenye uzoefu experienced
mwenyewe owner; myself;
 yourself; himself; herself
mwenzi partner (boyfriend,
 girlfriend etc)
mwezi month; moon
 mwezi huu this month
mwezi wa kumi (T) October
mwezi wa kumi na mbili (T)
 December
mwezi wa kumi na moja (T)
 November
mwezi wa kwanza (T) January
mwezi wa nane (T) August

mwezi wa nne (T) April
mwezi wa pili (T) February
mwezi wa saba (T) July
mwezi wa sita (T) June
mwezi wa tano (T) May
mwezi wa tatu (T) March
mwezi wa tisa (T) September
mwili body
mwimbaji singer
mwimbaji wa kisasa pop singer
mwisho end
 -a mwisho last
mwishowe eventually
mwitu forest; jungle
mwituni: -a mwituni wild
mwizi thief
mwizi mchomoa mifuko
 pickpocket
mwongozi guide (person)
mzaha joke; ridicule
mzee old; senior citizen; old
 man (a term of respect)
Mzungu European
mzuri nice

N

na and; with
 na mimi pia so am I; so do I
-na- present continuous tense
 marker
naelewa I see, I understand
naenda ... (K) I'm going to ...
nafikiria hivyo I think so
nahitaji ... I need ...
naipenda ... I like ..., I love ...
naishi ... I live in ...
nakaa ... I'm staying at ...
nakshi ya shanga beadwork

nakubali I agree
nakumbuka I remember
nakupenda I like you
nakupongeza! congratulations!
nakutakia mema best wishes
nakutakia siku njema have a
 nice day
nakwenda... (T) I'm going to ...
namba(ri) number
namba ya flaiti flight number
namba ya jimbo la simu area
 code
namba ya kusajiliwa
 registration number
namba ya safari flight number
namba ya simu phone number
namna sort
 namna gani? what's up?
nanaa mint
nanasi pineapple
nane eight
nani? who?; who is it?
 ni nani wewe? who's calling?
na nusu half past
nao with them
napenda zaidi ... I prefer ...
na robo quarter past
nasahau I forget
nasi with us
nasikitika sana I'm really sorry
nasisitiza I insist
nataka ... I want ..., I'd like ...
natazama tu I am just looking
 around
natoka ... I'm from ..., I come
 from ...
natumai kwamba ... I hope
 that ...
nauli fare

naumwa I feel ill

nawe with you (sing)

naweza ...? could I ...?; could I have ...?

naweza kuiona? may I see it?

naweza kukaa hapa? can I sit here?

naweza kuona? can I see?

naweza kuona leseni yako, tafadhali? can I see your licence, please?

naweza kupata ...? can I have ...?

naweza kutazama? can I have a look?

naye with her/him

nazi ripe coconut(s)

nchi country; state

ndani inside

ndani ya nyumba indoors

ndege bird; plane, airplane
 kwa ndege by air, by plane; by airmail

ndevu beard

ndimu lime

ndiyo yes; sure; it is
 ndiyo, tafadhali yes, please
 ndiyo hasa that's it, that's right

ndizi banana(s); plantain(s)

ndoo bucket

ndoto dream

ndovu elephant

ndugu brother

nemechoshwa I'm bored

nenda go away

nenda chini go down
 (the stairs etc)

nenda zako we! go away!

-nene fat; thick

neno word

nepi nappy, diaper

nepi za tumia-utupe disposable nappies/diapers

nesi nurse

ng'ambo abroad

ngamia camel

ngao shield

ngapi? how many?; how much?

ngawa serval

ngazi stairs

nge scorpion

ngiri warthog

ngisi squid

ngoja wait

ngojea kwa hamu look forward to

ngoma drums; dancing; party; celebration

ngoma ya kimila folk dancing

ng'ombe cow

ngome castle; fort

ngozi skin; leather; suede
 -a ngozi leather; suede

nguchiro mongoose

ngumu difficult

nguo clothes; dress; cloth, fabric

nguo ya kuogelea swimming costume

nguo za kiume menswear

nguo za kufuliwa laundry, washing

nguo za wanawake ladies' wear

nguru kingfish

nguruwe pig; hog

ni is; are; it is; that is; they are; I am
(je) ni ...? is it ...?
ni ghali a bit expensive
ni- I
-ni indicates plural form of verb
-ni- me; object marker
nifuate follow me
ni kiasi gani? how much is it?
nikupe lifti? would you like a lift?
ni kweli? really?
niletee send it to me; bring me
nilikuwa na I had
nimefurahi kukutana nawe, nimefurahi kuonana nawe pleased to meet you
nimekosea namba I've got the wrong number
nimeoa/nimeolewa I'm married (man/woman)
nimesahau I've forgotten
nina I have
ninaelewa! I see!, I understand!
ninaitwa ... I am called...
ninakaa ... I am staying at/in ...
ninatoka ... I'm from ...
ningependa ... I'd rather ...
ningojee wait for me
nini? what?
ninyi you (pl)
nipe give me
nipige picha! take a picture of me!
nitaonana nawe baadaye see you later
njaa hunger

nina njaa I'm hungry
-enye njaa hungry
nje out; outside; in the open air
njegere peas
njia route(s); road(s); street(s); path(s); lane(s); pass (in mountains)
ni njia hii it's this way
ni njia ile it's that way
njiani down the road; on the street
njia imefungwa road closed
njia kuu main road
njia panda crossroads, intersection; fork (in road)
njia ya chini kwa chini tunnel
njia ya kuukimbia moto fire escape
njia ya panda crossroads, intersection; fork (in road)
njia ya reli railway
njugu nuts; peanuts
njugunyasa peanuts, ground nuts
nne four
Noeli Christmas
noti note, (US) bill
Novemba November
nsya duiker
nukta second (of time)
nungu porcupine
nunua buy
nuru light; brightness
-enye nuru bright
nusu half
nusu chupa half-bottle
nusu darzeni half a dozen
nusu saa half an hour

nusu ya bei half-price
nusu ya nauli half fare
nyama meat
nyama choma (K) roast meat
nyama ya bata duck
nyama ya kanga guinea fowl
nyama ya kondoo lamb;
  mutton
nyama ya kuchoma roast beef;
  (T) roast meat
nyama ya kuku chicken
nyama ya kwale pheasant;
  partridge
nyama ya mawindo game
nyama ya mbuni ostrich
nyama ya mbuzi goat
nyama ya ndama veal
nyama ya ng'ombe beef
nyama ya nguruwe pork; bacon
nyama ya njiwa pigeon
nyama ya nyati buffalo
nyama ya paa venison
nyama ya sungura hare; rabbit
nyama ya swala impala
nyamaza! quiet!; shut up!
nyani baboon
nyanya grandmother;
  tomato(es)
nyati buffalo
nyegere ratel
nyekundu red
nyembe razor blades
nyepesi light (not heavy)
nyeusi dark; black
nyigu wasp
nyingi many; a lot, lots,
  plenty; a lot more
  nyingi sana quite a lot; too
  much

... nyingi sana lots of ...
si nyingi not many; not
  much, not a lot
si nyingi sana not very much
nyingine different; other;
  others
nyinyi you (pl)
nymera topi
nyoka snake
nyonga hip
nyongeza supplement
nyota star
nyuma back; at the back;
  behind
  nyuma yangu behind me
nyumba house; lodge
nyumbani home
  nyumbani kwangu at my
  home
nyumba ya kupanga boarding
  house
nyumba ya wageni guesthouse
nyumbu wildebeest
nyuzi za viatu shoelaces
nywa drink
nywele hair
nzi fly (insect)
nzito heavy
nzuri good; pretty; nice
  ni nzuri sana! that's great!
nzuri sana great, terrific

O

-oa marry; married (man)
ofisi office
ofisi ya baraza la mji town hall
ofisi ya kukatia tiketi box office
ofisi ya kuweka mizigo left

luggage (office), baggage checkroom
ofisi ya tikiti ticket office
ofisi ya utalii tourist information office
ofisi ya vitu vilivyopotea lost property office
ofisi ya wakala wa usafiri travel agent's
ogelea swim
-olewa marry; married (woman)
omba ask
omba lifti hitchhike
ona find; see; meet
onana see; meet
ondoka leave; go away
  ondoka! go away!
ongoza lead
onyo! warning!
operesheni operation
orodha ya chakula menu
orodha ya mvinyo wine list
osha wash
ota jua sunbathe
-ote whole
-ote mbili both

P

pa give
paa suni antelope
paipu pipe
paipu ya ekzosi exhaust (pipe)
paishio safari destination
paja thigh
paji forehead
paka cat
pakiti ya sigara a packet of cigarettes

pa kujaribia nguo fitting room
palahala antelope
pamba cotton; cotton wool, absorbent cotton
pamoja altogether; together
  pamoja na with; together with
pana wide
panda get on
panda juu go up
panga machete
pango cave
panya rat; mouse
papa shark
papai papaya, pawpaw
papo hapo straight away
parachichi avocado
Pasaka Easter
pasheni passion fruit
pasi iron (for ironing); pass
pasi ya kuingilia chomboni boarding pass
pata have; get, obtain; catch
patana deal (business)
pauni pound (money)
pazia blind(s); curtain(s)
pazia la vibapa shutter(s)
pea pear
pekee alone
peke yangu by myself
pekua search
peleka send; forward
peleka kwa posta mail
pembe horn (of animal)
pembeni side
penda like; love
penda zaidi prefer
pendelea interested
pengine sometimes; another

time; another place; might
penseli pencil
pera guava
peremende sweets, candies
pesa money, cash
  sina pesi I have no money
  pesa ngapi ...? how much
  is ...?
pete ring
pete ya ndoa wedding ring
petroli petrol, (US) gas
peya pear
-pi which
pia too, also
picha photo, picture; portrait
picha ya kuchora painting
pichi peach
piga hit
piga kelele shout
piga picha mimi! take a picture
  of me!
piga simu call, phone; dial
pika cook
pikipiki motorbike
pikipiki ndogo moped
pili second
  -a pili (the) second
pilipili pepper(s); chilli(es)
pilipili manga black pepper
pima weigh
pimbi rock hyrax
pinda turn
pinda kushoto/kulia turn left/
  right
pini pin; safety pin
pipa bin
pipa la taka dustbin, trash can
piripiri chillies
pita go through; overtake

pitia call round
plagi plug; spark plug
plasta plaster, Bandaid®
pletfomu platform, (US) track
-po marker indicating definite
  location
  yupo hapa? is he/she here?
pochi purse (for money)
pofu eland
pointi za ditributa points (in car)
pokea take, accept
pole I'm sorry to hear that,
  what a shame
-pole polite
polepole slow; slowly;
  gradually
polisi policeman; police
polisi wa kike policewoman
pombe alcohol; alcoholic
  drink; type of home-brewed
  beer
ponda knock down
ponesha cure
porojo idle chatter
posa engaged (to be married: man)
posta post office
posta kuu main post office
postikadi postcard
postkodi postcode, zip code
poswa engaged (to be married:
  woman)
potea disappear
poteza lose
pua nose
pumu asthma
pumzika rest
punda donkey, ass; horse
punda milia zebra
punde moment; soon

punde hivi in a minute
punguza trim
punguza bei! reduce the price!
punguza kidogo! come down a
little!
punguza spidi! slow down!
punja swindle
punjwa be swindled
nimepunjwa I have been
swindled
-puuzi silly
pwani beach; coast
pweza octopus

R

radi thunder
rafiki friend
rafiki wa kike girlfriend
rafiki wa kiume boyfriend
rafu shelf
raha comfort
rahisi cheap; easy, simple
rai opinion; suggestion
raia citizen
rais president (of country)
ramani map
ramani ya njia street map; road
map; network map
ramsa fair
ramu rum
rangi colour; paint
rangi ya kijivu grey
rangi ya kunde brown
rangi ya malai cream
rangi ya mchungwa orange
rangi ya mdomo lipstick
rangi ya viatu shoe polish
rangi ya waridi pink

rangi ya zambarau purple
rasmi formal
ratiba timetable, (US) schedule
ratili pound (weight)
-refu long; tall
rejesha bring back
rejeshea kupigia simu ring back
rejesta registered
reli rail
riadha athletics
rikodi record (music)
ripoti report
risiti receipt
robo quarter
rojo gravy
roshani balcony
rubani pilot
rubuni deposit (as part payment)
rudi come back, return, go
back; get back
rudia repeat
rudisha give back
ruhusa permission
ruhusu let, allow
ruka jump
rusha throw
rushwa corruption

S

saa clock; o'clock; hour; time;
wristwatch
(ni) saa ngapi? what time is
it?
saa sita ya usiku midnight
saa ya kengele alarm clock
saba seven
sabini seventy
sabuni soap

sabuni ya majimaji washing-up liquid

sabuni ya unga washing powder, soap powder

sadiki believe

safari safari; journey; travel

safari kwa baluni balloon safari

safari kwa basi coach trip

safari kwa basi dogo minibus safari

safari kwa meli cruise

safari kwa ndege flight; air safari

safari kwa ndege ya ratiba scheduled flight

safari kwa ngamia camel safari

safari njema! have a good journey!

safari ya kuongoza watalii guided tour

safari ya makao kambini camping safari

safari ya matembezi day trip

safari ya mpango wa jumla package holiday

safari ya utalii tour

safari za kimataifa international flights

safari za ndege za ndani domestic flights

safi clean; fine; cool

safi kabisa great, excellent

safiri travel

safiri kwa ndege fly

safisha clean; develop

sahani plate

sahau forget

sahihi correct, accurate

saidia help

saidia maskini! help the poor!

saini signature

saizi size

sakafu floor (of room)
  sakafuni on the floor

salama safe

samahani sorry; excuse me
  samahani? sorry?, pardon (me)?

samahani kukusumbua sorry to bother you

samahani, nimekosea namba sorry, wrong number

samahani nipishe excuse me

samaki fish

samehe forgive

sampuli pattern; sample

sana very; too; so

sanaa art

sanamu statue

sandara mandarin(s)

sanduku box

sanduku la barua, sanduku la posta letterbox, mailbox

sange elephant shrew

sapatu sandal(s), slipper(s)

sarafu coin

sarafu ya Kiingereza sterling

sasa now

sasa hivi soon

sauti voice
  -enye sauti kubwa loud

savieti serviette

sawa all right, OK; right, correct; that's fine; yes; similar
  niko sawa I'm OK
  ndiyo, sawa yes, that's fine
  sawa! right!

ni sawa that's fine
ni sawa tu that's OK
secunde second
sehemu part
  sehemu ya ... a bit of ...
  sehemu kubwa a big bit
  sehemu ndogo a little bit
sehemu maarufu za ... the sights of ...
sehemu ya chini ground floor, (US) first floor
sehemu ya mapokezi reception desk
sehemu ya watoto children's portion
seli sale
sema speak; say; talk
  sema polepole speak slowly
sema tena repeat
sema uongo lie, tell a lie
serikali government
shahamu fat (on meat)
shahidi witness
shamba country, countryside; small farm; plot; farm; plantation
shanga beads
shangazi aunt (paternal)
shanta rucksack
shauri advice
shavu cheek (on face)
shawa shower (in bathroom)
  -enye shawa with shower
shelisheli breadfruit – large roundish fruit eaten boiled or roasted
shemegi, shemeji brother-in-law; sister-in-law
sherehe festival

sheria law
shida trouble
  sina shida I'm all right
  una shida yoyote? are you all right?
  -a shida hard, difficult
shimo hole
shingo neck
shirikiana share
shiti sheet
shokomsoba shock-absorber
shona sew
shtuko la moyo heart attack
shuka get off; get out
shule (T) school
si is not; are not; not
si- present negative marker for 'I' – I don't ...
-si- indicates negative form of verb
si ... wala ... neither ... nor ...
siagi butter
sibamangu caracal
sidiria bra
sielewi I don't understand
sifa quality
sifahamu I don't understand
sifikirii I don't think so
sifuri zero
sigaa cigar
sigara, sigareti cigarette(s)
sihitaji I don't need
siipendi I don't like it
sijambo I'm fine; very well
sijui I don't know
siki vinegar
sikia hear
sikiliza listen
sikio ear

si kitu don't mention it; it's nothing
siku day
  siku iliyotangulia the day before
  siku inayofuatia the day after
sikubali hata kidogo definitely not
sikumbuki I don't remember
sikuwa I was not
sikuweza ... I couldn't ...
siku ya kuzaliwa birthday
siku zote always
silinda yenye gesi gas cylinder
sima cornmeal porridge
simama! stop!
simamisha stop
simba lion
simu line; phone
simu ya kulipwa na mpokeaji reverse charge call, collect call
simu ya mbali long-distance call
simu ya upepo mobile phone
sina I have not
  sina chenji I've no change
sina mke/mume single, not married (man/woman)
sindano needle
-siodhuru safe
-sio faa wrong; not useful
-siopenya maji waterproof
-sio rasmi informal
-siowezekana impossible
sipendi ... I don't like ...
siri secret
si ruhusa kuegesha no parking
sisemi ... I don't speak ...

sisi we; us
  sisi ni we are
sisitiza insist
sita six
sitaha deck
sitaki ... I don't want ...
sitini sixty
sivuti sigara I don't smoke
sivyo not so
siwezi ... I can't ...
siyo not; no
  siyo? isn't it?
si yoyote neither
  si yoyote kati yao neither (one) of them
skii ya majini waterskiing
skuli (K) school
soda soft drink
soda ya limau lemonade
soda ya machungwa fizzy orange
sogea kidogo! move along!, squeeze up a little!
soketi socket, power point
soketi ya kunyolea shaving point
soko market
soksi ndefu tights, pantyhose; stockings
soli sole (of shoe)
soma read
somesha teach
somo lesson
sonara jeweller's
songa! move along!, squeeze up a little!
songana crowded
soseji sausage
sosi sauce

spea spare part
spidi speed
starehe: -a starehe comfortable
stempu stamp
stesheni station
stesheni ya basi bus station
stesheni ya mabasi coach
   station
stesheni ya mwisho terminus
   (rail)
stesheni ya polisi police station
stesheni ya reli train station
subiri wait
sufu wool
sufuria pan
sukari sugar
sukuma push
sumbua disturb; annoy
sumbufu inconvenient
sumu: -enye sumu poisonous
sungura rabbit; hare
supu soup
suruali trousers, (US) pants
suruali kipande shorts
suruali ya kuogelea swimming
   trunks
suti suit
sutikesi suitcase
swala gazelle
swala granti Grant's gazelle
swala pala impala
swala tomi Thomson's gazelle
swala twiga gerenuk
swali question

T

-ta- future tense marker
taa light; lamp
taa za mbele za gari headlights
taa za nyuma rear lights
taa za pembeni side lights
taa ziongozazo magari traffic
   lights
tabasamu smile
tafadhali please
tafadhali nikujulishe na ...? may
   I introduce ...?
tafadhali sema tena hayo could
   you repeat that
tafadhali, unaweza ...? could
   you please ...?
tafadhali usifanye please don't
tafrija party (celebration)
tafsiri interpret; translate
tafuta find out; look for
tahadhari! be careful!
tai tie, necktie
taifa nation
tairi tyre, (US) tire
tairi ya spea spare tyre/tire
tajiri rich (person)
taka like; want; wish; ask
takataka rubbish; trash
takia cushion
takriban roughly,
   approximately
tambarare flat
tambua recognize; know
tamka pronounce
-tamu sweet
tandala kudu
tandiko saddle (for horse)
tanga sail

tangawizi ginger
tangi tank (of car)
tango cucumber
tangu since
  tangu wiki iliyopita since last
  week
tangulia tafadhali after you
tano five
tapika vomit
tarabu orchestral music of the
  coastal people
tarajia expect
tarajiwa due
tarakimu number, figure
tarehe date
tarehe ya kumalizikia expiry
  date
tarishi courier
taruma sleeper (on train)
tatizo problem
tatu three
taulo towel; bath towel
taya jaw; oribi
tayari already; ready
tayarisha arrange
tazama look; look at
TAZARA Tanzania/Zambia
  Railway Authority
TBC Tanzania Broadcasting
  Corporation
tegua twist
teksi taxi
tembea walk; go out
tembelea visit
tembo elephant; coconut palm
  wine
tena again; more
tende dates; strong alcoholic
  drink

tenga separate
tengeneza fix, arrange; mend,
  repair
thamani value
  -a thamani valuable
thelathini thirty
theluji snow
themanini eighty
thibitisha confirm
tia pamoja na include
tia posta post
tiketi (T) ticket
tikisa shake
tikiti melon; (K) ticket
tikiti itumikayo baadaye open
  ticket
tikiti ya kwenda na kurejea, tikiti
  ya kwenda na kurudi return
  ticket, round-trip ticket
tikiti ya kwenda tu single ticket,
  one-way ticket
timu team
tini figs
tipu (K) tip (to waiter etc)
tisa nine
tishu paper tissues
tisini ninety
-to- marker added to the
  infinitive form after ku- to
  form the negative
toa give
tochi torch, flashlight
tofauti difference; different
tohe reedbuck
toka from; come from; get out
toka Jumatatu hadi Ijumaa from
  Monday to Friday
tokea happen
tope mud

tosti, tosi toast; slice of
  bread
toweka disappear
toza charge
-toza zaidi overcharge
treni train
tu just, only
tu- we; subject marker
-tu- us; object marker
tufaa apple
tukia happen
tulikuwa we were
tulikuwa na we had
tumaini hope
tumbaku tobacco
tumbawe coral reef
tumbili monkey; vervet
  monkey
tumbo stomach
tumekubaliana it's a deal
tumia use; spend
tuna we have
tuna wakati mwingi there's
  plenty of time
tunaweza ...? could we ...?; can
  we ...?
  tunaweza kupata ...? can we
  have some ...?
tunda fruit
tungule cherry tomatoes
tunza look after
tupa throw away
tupu empty
tutaonana! see you!
  tutaonana baadaye! see you
  later!
twende, endelea let's go; carry
  on
twende zetu! let's go!

twiga giraffe
twiga mdogo gerenuk

U

u- you (sing); subject marker
ua flower; fence; kill
uamuzi decision
Ubalozi embassy
Ubalozi Mdogo consulate
ubani gum (in mouth); chewing
  gum
ubao wa kupigia mbizi diving
  board
ubavu rib
Ubelgiji Belgium
ubongo brains
uchafu dirt
uchaguzi election
uchofu wa kilevi hangover
uchoraji drawing
ufagio broom; brush
Ufaransa France
ufukwe shore
  ufukweni on/at the shore
ufunguo key
ugali porridge, polenta – made
  from maize, cassava or
  millet flour
ugeuzaji wa njia diversion,
  detour
Ugiriki Greece
ugomvi quarrel
ugonjwa disease; illness
ugonjwa wa maini hepatitis
ugumu difficulty
Uhabeshi Ethiopia
u hali gani? how do you do?;
  how are you? (to one person)

Uholanzi Holland, Netherlands

uhuru freedom; independence

Uingereza England; UK

ujenzi building

Ujerumani Germany

uji porridge or gruel made from millet

ujia corridor

ukanda belt; strap

ukanda wa feni fan belt

ukanda wa kinga seat belt

ukanda wa saa watch strap

ukarimu hospitality

Ukimwi AIDS

uko sawa? are you OK?

ukosi collar

ukucha nail (finger)

ukumbi lounge; foyer, lobby

ukumbi wa kuondokea departure lounge

ukungu fog
  kuna ukungu it's foggy
  -enye ukungu foggy

ukuta wall

ulanga soapstone

Ulaya Europe

ule that

uliipenda ...? how did you like ...?

ulikuwa you were

ulikuwa na you had (sing)

ulilala vyema? did you sleep well?

ulimi tongue

uma bite; sting; fork

umande mist

umbali distance

umekipenda chakula? did you enjoy your meal?

umeme electricity; lightning; current
  -a umeme electric

umeoa/umeolewa? are you married? (to man/woman)

umeona ...? have you seen ...?

umepata kufika ...? have you ever been to ...

umiza hurt

umizwa injured

umri age

umwa feel pain

una you have (sing)
  una ...? do you have ...?
  una njaa? are you hungry?

unaelewa? do you understand?

unaenda wapi? (K) where are you going?

unahitaji huduma yoyote? how can I help you?

unaitwaje? what's your name?

unakaa wapi? where are you staying?

unakaribishwa, tafadhali you're welcome, don't mention it

unakwenda wapi? (T) where are you going?

unapenda ...? do you like ...?

unasema kiswahili? do you speak Swahili?

unataka ...? do you want ...?; would you like ...?

unataka aina gani? which kind do you want?

unataka kinywaji? would you like a drink?

unataka kuagizisha chakula sasa? would you like to order (the food) now?

unataka kunywa nini? what would you like to drink?

unataka nini? what do you want?

unataka zaidi? would you like some more?

unatoka wapi? where do you come from?

una umri gani? how old are you?

unavuta sigara? do you smoke?

unaweza ...? can you ...?; could you ...?

unga flour

ungua burnt

unguza burn

unyayo sole (of foot)

unyevunyevu: -enye unyevunyevu humid

uongo: -a uongo false

upande side; direction
upande wa kaskazini to the north
upande wa kulia on the right
upande wa mbele at the front

upara: -enye upara bald

upele rash (on skin)

upeo horizon

upepeo fan (handheld)

upepo wind; breeze
-a upepo mwingi windy

upesi quickly; hurriedly

upuuzi! rubbish!

uraia nationality

urefu height (of mountain)

urukaji angani kwa tiara hang-gliding

usi- ... you shouldn't ...

usifanye: usifanye! don't!

usifanye hivyo! don't do that!; stop it!

usijali never mind

usiku night; night time

usiku kucha overnight

usiku mwema good night

usiningojee don't wait for me

usinisubuwe don't bother me

usivute sigara no smoking; don't smoke

Uskochi Scotland

uso face

uvimbe inflammation; lump; swelling

uwanja field; square (in town)

uwanja wa gofu golf course

uwanja wa majani mafupi lawn

uwanja wa ndege airport

uwasilishaji delivery (of mail)

uwezo wa kuendeleza safari connection

uyoga mushroom

uza sell

uzi string; thread

uzito weight

V

-vi- subject/object marker

viatu vya mpira vya kuogelea flippers

viatu vya ndara sandals

viazi potatoes

viazi vitamu sweet potatoes

vibaya badly

vifaa equipment

vifaa vya huduma ya kwanza first-aid kit

vifaa vya kulia cutlery

vifaa vya umeme electrical
    appliances
vijana teenagers
vijazio filling (in cake, sandwich)
vile those
vilevile also
vinginevyo otherwise
vinyago vya kimakonde
    Tanzanian Makonde tribe
    wood carvings, usually in
    ebony and representing
    entwined spirit families
vinywaji baridi soft drink
vipi? how?
vipodozi cosmetics, make-up
vipokea sauti headphones
visiwa vya Ngazija Comoros
    Islands
visiwa vya Shelisheli
    Seychelles
visodo tampons
vitabu books
vitafunio snack
vitanda beds
vitanda viwili pacha twin beds
viti chairs
viti vya bei rahisi economy
    class seats
vitu things
vitunguu onion(s)
vitu vilivyochapishwa printed
    matter
viungo herbs; spices
-vivu lazy
vizuri well; properly; nicely
volteji voltage
vuja leak
vumbi dust
    -enye vumbi dusty

vunja break
vunjika broken
vuta pull
vyema well
    ni vyema that's nice
vyombo vya kulia crockery
vyombo vya kupikia cooking
    utensils; pots and pans
vyombo vya udongo pottery
vyumba rooms

W

-w- passive marker
wa- they; subject marker
-wa be; become
-wa- them; you (pl); object
    marker
wacha mzaha you're joking
wadi ward
wadi ya majeruhi casualty
    department
waipa windscreen wiper
wakati while; during; time
    wakati huo then, at that time
    wakati huu this time
wakati ujao future; in future
wakati unazidi kupita it's
    getting late
wakati wa kufungua opening
    times
wakati wa usiku at night
wakati wo wote ever; any time
Wakenya Kenyan citizens,
    Kenyans
wakili lawyer
wakwe in-laws; parents-in-law
wala nor
    wala si mimi nor do I

wale those (people, animals)
wali rice (cooked)
walikuwa they were
walikuwa na they had
walinzi-okozi lifeguard
wamefunga they're shut
wana they have
wananchi the people, the citizens
wanaoondoka departures
wanaowasili arrivals
wanaume men
wanawake women
wanyama wakali fierce animals
wao they; them
  wao ni they are
wapi? where?; where is?
waraka document
washa turn on, switch on; washer (for bolt etc)
wasili come; get in, arrive; fly in
wasilisha deliver
wasiovuta sigara non-smokers
wasiwasi worry; problems, hassles
wastani average; medium
  kwa wastani on average
  -a wastani medium-sized
watalii tourists
Watanzania Tanzanian citizens, Tanzanians
watoto children, kids
watu people; men
watu wengi a lot of people
watu wengine the other people
wavu net (in sport)
wavutao sigara smokers
waweza ...? can you ...?

waweza kunipatia ...? can I have ...?
wawili couple (two people)
wazazi parents
wazi open
wazimu: -enye wazimu crazy, mad
waziri mkuu prime minister
wazo idea
wazungu Europeans
weka keep; put
wekesha book, reserve
wembe razor
wengi a lot, lots
wengine the others
wenzo lever
wenzo wa gia gear lever
wewe you (sing)
  wewe ni you are
weza would; could; be able, can; may
wiki week
  wiki hii this week
  wiki ijayo next week
  wiki iliyopita last week
  wiki nzima the whole week
  wiki moja kuanzia kesho a week (from) tomorrow
  wiki moja kuanzia leo a week (from) today
wiki mbili fortnight
wilaya district
-wili two
wimbo song
wingi plenty; abundance; a lot
wiva ripe
wizi burglary; rip-off
wote all; all of them

Y

ya for; of
ya- subject/object marker
yachukiza revolting
yadi yard
yafurahisha enjoyable
yai egg
yai la kukaanga fried egg
yake: kwa ajili yake for
    him/her
    ni yake that's his/hers
yako yours
    hii ni yako this is for you
ya kukodisha for hire, to rent
yale those
ya mkono manual (car with
    manual gears)
ya nani? whose?
yangu mine; my
    ... yangu mwenyewe my
    own ...
    ni peke yangu I'm on my
    own
    ni yangu it's mine
ya nje outdoors
yao theirs
yatosha enough
yatumika valid
yavutia interesting
yawezekana possible
yetu our; ours; for us
yeye he; she; her; him
yoga mushrooms
yogat yoghurt
yote all of it, the whole lot
yoti yacht
yoyote any
yu he; she; it; subject marker

yule that; that one (person,
    animal)
yupi? who?

Z

zabibu grapes
zafarani saffron
zaidi more, extra
    zaidi kidogo a little bit more
zaidi ya ... more than ...
    zaidi ya hiyo more than that
zaituni olives
zamani: -a zamani old-
    fashioned; past
zamu turn; round
zawadi present, gift
zi- subject/object marker;
    they
ziara ya kutalii sehemu maarufu
    sightseeing tour
zibika blocked
zile those
zima switch off, turn off
zimamoto fire brigade
zimia faint
zimika off (lights etc)
ziwa lake
zulia carpet
-zuri beautiful, lovely; good;
    nice
-zuri sana terrific,
    tremendous, wonderful
zurura wander

Menu Reader:

Food

ESSENTIAL TERMS

appetizer kianzio
bowl bakuli
bread mkate
butter siagi
cup kikombe
dessert kimalizio
fish samaki
fork uma
glass gilasi
knife kisu
main course chakula muhimu
margarine majarini
meat nyama
menu menyu
pepper pilipili
plate sahani
salad saladi
salt chumvi
set menu menyu maalumu
soup supu
spoon kijiko
starter kianzio
table meza
vegetables mboga

waiter!/waitress! see page 116
another ..., please ... nyingine, tafadhali
could I have the bill, please? naweza kupata bili, tafadhali?

achari, achali pickle
adesi lentils
aiskrimu ice cream
andazi sweet pastry
aprikoti apricot

baga meat, fish or vegetable
  burger
bajia spicy meatballs made
  from mashed lentils or
  beans
balungi grapefruit
bamia okra, lady's fingers
baridi cold
biriani rice with spices and
  meat, chicken or vegetables
biringani aubergine, eggplant
biskuti biscuit(s), cookie(s);
  cracker(s)

chakula food
chapati unleavened bread
chatni chutney
chaza oyster
chenza tangerine
chewa rock cod
chipsi za muhogo cassava
  chips
chizi cheese
choma roast
choroko dark green peas
chumvi salt
chungwa orange (fruit)
Cowboy® cooking fat

dagaa very small fish;
  sardines
dengu chickpeas

embe mango

faluda milk pudding – made
  with strips of gelatin, sugar
  and cardamom
farne sweet made from rice
  flour, sugar and milk
fenesi jackfruit – large melon-
  shaped fruit with thick
  green skin and yellow flesh
figili (T) celery; radish leaves
figo kidney

giligilani coriander

halua, haluwa, halwa sweet
  made from sesame seeds or
  pistachio nuts
haradali mustard
hiliki, iliki cardamom

irio potato, cabbage and beans
  mashed together (Mount Kenya
  region)

jelebi pastry made from wheat
  flour, sugar and/or syrup
jibini cheese

kaa crab
kababu spicy meatballs
kabichi cabbage
kachumbari onions and herbs
  in vinegar marinade
kaimati small very sweet
  doughnuts
kamba lobster; prawn(s)
kamba wadogo shrimp(s)
kamba wakubwa lobster
kangaja clementine
karafuu cloves
karanga peanuts; ground nuts;
  (K) beef stew
karoti carrots

kashata sweet made from boiled sugar, grated coconut and almonds

katlesi meat or fish croquette

kebeji cabbage

keki cake

kepguzbari cape gooseberries

kibibi small pancake(s)

kima cooked mincemeat eaten with spaghetti or plain rice

kimanda omelette

kimanda cha jibini cheese omelette

Kimbo® cooking fat

kisamvu cooked cassava leaves with spices

kitumbua deep-fried small rice bread

kitunguu onion(s)

kitunguu thomu garlic

kiwanda omelette

kiwanda cha jibini cheese omelette

kiwanda cha nyanya tomato omelette

kofta meatballs

komamanga pomegranate

kongosho sweetbreads

korosho cashew nuts

kuchemsha: -a kuchemsha boiled

kuchoma: -a kuchoma grilled

kukaanga: -a kukaanga fried

kuku chicken

kuku wa kuchoma grilled chicken

kunde cow peas

kutokosa: -a kutokosa boiled

letis lettuce

limau lemon

maandazi sweet doughnut, sometimes flavoured with spices

machungwa oranges

madafu green coconuts – contains sweet pulp and juice (sold by street vendors on the coast)

maembe mangoes

mafuta ya kupikia cooking fat

mahamri sweet doughnuts, sometimes flavoured with spices

maharag(w)e beans or red kidney beans, often cooked with coconut

maharagwe ya kifaransa French beans

mahindi corn

maini liver

majarini margarine

makaroni, makaronya macaroni

mamba crocodile

mandazi sweet doughnuts, sometimes flavoured with spices

mastad mustard

mastafeli soursops – edible white-fleshed fruit with spiny skin and black seeds

matoke mashed green bananas

matopetope custard apples

matunda fruit

mayai eggs

mayai ya kuchemsha boiled eggs

mayai ya kukaanga fried eggs

mayai ya kuvuruga scrambled eggs

maziwalala (K) yoghurt; sour milk

maziwa ya kuganda (T) yoghurt; sour milk

mbaazi pigeon peas, cooked in water, salt and coconut milk

mbatata potato(es)

mboga vegetables

mchele uncooked rice

mchicha spinach, usually cooked with onions and tomatoes

mchuzi curry; sauce eaten with plain rice dishes; gravy

mchuzi wa kondoo lamb curry

mchuzi wa kuku chicken curry

mchuzi wa nyama meat curry, usually beef

mchuzi wa samaki fish curry

menyu, menyu ya chakula menu

menyu maalumu set menu

mishikaki kebabs

mkate bread; loaf; roll

mkate mayai (K) egg-bread – light wheat-flour 'pancake' wrapped around fried eggs and minced meat, usually cooked on a huge griddle

mkate wa kumimina sweet bread made from rice flour

mkate wa kusukuma fried flat wheat bread

mkate wa mayai (T) sweet bread made from flour, sugar and eggs

mkate wa mofa oven-baked millet bread

mkate wa ufuta oven-baked flat wheat bread with sesame seeds

moto hot

mseto a mixture of rice, millet or lentils and meat

mtama millet; sorghum

muhogo cassava – large roots eaten roasted or boiled

nanaa mint

nanasi pineapple

nazi ripe coconuts

ndimu lime

ndizi bananas; plantains

ngisi squid

nguru kingfish

njegere peas

njugu nuts; peanuts

njugunyasa peanuts; ground nuts

nusu half; half-portion

nyama meat

nyama choma (K) roast meat

nyama ya bata duck

nyama ya kanga guinea fowl

nyama ya kondoo mutton; lamb

nyama ya kuchoma roast beef; (T) roast meat

nyama ya kuku chicken

nyama ya kwale pheasant; partridge

nyama ya mbuni ostrich

nyama ya mbuzi goat

nyama ya ndama veal

nyama ya ng'ombe beef

nyama ya nguruwe pork; bacon

nyama ya njiwa pigeon

nyama ya nyati buffalo

nyama ya paa venison
nyama ya sungura hare; rabbit
nyama ya swala impala
nyanya tomatoes

orodha ya chakula menu

papa shark
papai papaya, pawpaw
parachichi avocado
pasheni passionfruit
pea pear
pera guava – round, green-
  skinned fruit with white
  flesh
peya pear
pichi peach
pilau rice with spices
pilipili pepper(s); chilli(es)
pilipili manga black pepper
piripiri chillies
pudin pudding
punda milia zebra
pweza octopus

rojo gravy
rostbif roast beef

saladi lettuce; salad
saladi ya figili radish salad
saladi ya letis green salad
saladi ya matango cucumber
  salad
saladi ya matunda fruit salad
saladi ya nyanya tomato salad
samaki fish
samaki wa kuchoma grilled fish
samaki wa kukaanga fried fish
samaki wa kupaka fish cooked
  in coconut milk and spices
sambusa deep-fried triangular

pastry filled with chopped
  meat and vegetables
samoni salmon
sandara mandarin(s)
shelisheli breadfruit – large
  roundish fruit eaten boiled
  or roasted
siagi butter
siki vinegar
sima cornmeal porridge
sosi sauce
steki steak; grilled meat
stroberi strawberries
sukari sugar
sukuma wiki boiled green
  leaves, usually a type of
  spinach
supu soup
supu ya kuku chicken soup
supu ya mafupa bone soup
supu ya mboga vegetable soup
supu ya nyama beef soup

tambi vermicelli – sometimes
  cooked with coconut milk
  and sugar
tangawizi ginger
tango cucumber
tende dates – sometimes
  mashed with almonds
tewa rock cod
tikiti melon
tini figs
topetope custard apple
tosti, tosi toast; slice of bread
tosti na siagi bread and butter
tungule cherry tomatoes
twiga giraffe

ubongo brains

ugali stiff porridge, polenta –
  made from maize, cassava
  or millet flour
uji porridge or gruel made
  from millet
ulimi tongue
unga flour
uyoga mushroom

viazi potatoes
viazi vitamu sweet potatoes
viazi vya kutokosa boiled
  potatoes
vibibi small pancake(s)
vileji small flat cake made
  from rice flour and sugar
visheti small sweet pastry
vitobonya, vitobosha fritters
  made from flour and sugar
vitumbua deep-fried rice
  fritters
vitunguu onion(s)
viungo herbs; spices

wali rice cooked in coconut
  milk or water

yai egg
yoga mushrooms
yogat yoghurt

zabibu grapes
zafarani saffron
zaituni olives
zelabia pastry made from
  wheat flour, sugar and/or
  syrup

Menu Reader:

Drink

ESSENTIAL TERMS

beer biya (K), bia (T)
  (local) pombe
bottle chupa
brandy brandi
coffee kahawa
cold baridi
cup kikombe
drink (alcoholic) pombe
  (non-alcoholic) kinywaji
gin jin
glass gilasi
half-bottle nusu chupa
ice barafu
milk maziwa
mineral water maji ya soda
orange juice maji ya machungwa
passionfruit juice maji ya pasheni
red wine mvinyo nyekundu
rosé mvinyo ya 'rosé'
rum ramu
scotch wiski
soda (water) soda
soft drink soda, vinywaji baridi
sugar sukari
tea chai
tonic (water) tonik
water maji
whisky wiski
white wine mvinyo nyeupe
wine mvinyo
wine list orodha ya mvinyo

a cup of ..., please kikombe kimoja cha ..., tafadhali
a glass of ... gilasi ya ...
a gin and tonic, please jin na toniki, tafadhali
with ice na barafu
no ice bila barafu
another beer, please biya nyingine, tafadhali

Afrikoko® Tanzanian liqueur

barafu ice
baridi cold
bia (T) beer
biya (K) beer
brandi brandy

chai tea with milk
chai kavu black tea
chai strongi strongly spiced tea
chai ya rangi black tea
chai ya tangawizi ginger tea
chibuku Tanzanian spirit made
  from millet
chupa bottle

dawa vodka, white rum,
  honey and lime juice
  (literally: 'medicine')

gilasi glass

kahawa coffee
Kenya Cane® white rum
Kenya Gold® coffee-flavoured
  liqueur
Konyagi® Tanzanian brandy

lemonadi lemonade

maji water
maji ya karoti carrot juice
maji ya kunywa drinking water
maji ya machungwa orange
  juice
maji ya madafu unripe-coconut
  juice
maji ya maembe mango juice
maji ya mananasi pineapple
  juice
maji ya miwa sugar-cane juice

maji ya ndimu sweetened lime
  juice
maji ya pasheni passionfruit
  juice
maji ya ukwaju sweetened
  tamarind juice
maziwa milk
maziwalala (K) fermented
  milk, almost like yoghurt
  (literally 'sleeping milk')
mvinyo ya Dodoma (T) Dodoma
  wine
mvinyo ya mapapai (K) papaya
  wine

nusu chupa half-bottle

orodha ya mvinyo wine list

pegi a small amount of
  brandy/whisky, a peg
pombe home-brewed 'beer'
  made from fermented sugar
  and millet or banana and
  other ingredients

sharubati fruit juice with
  spices
soda fizzy soft drink
soda ya limau lemonade
soda ya machungwa fizzy
  orange
sukari sugar

tembo coconut-palm wine
tende strong local spirit
togwa cold drink made from
  millet

waragi Ugandan spirit
wiski whisky

Backpacking through **Europe**?

Cruising across the **US of A**?

Clubbing in **London**?

Trekking through **Costa Rica**?

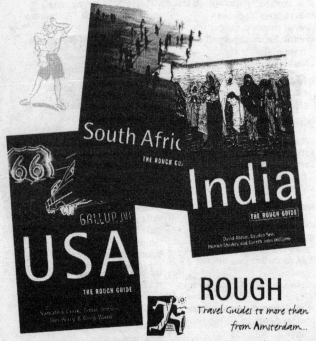

South Afric

THE ROUGH GU

India

THE ROUGH GUIDE

David Abram, Devdan Sen,
Harriet Sharkey and Gareth John Williams

66

GALLUP, NM

USA

THE ROUGH GUIDE

Samantha Cook, Jamie Jensen,
Tim Perry & Greg Ward

ROUGH

Travel Guides to more than
from Amsterdam...